കടങ്കഥകൊണ്ടൊരു കളിവീട്

Kadamkadha kondoru kaliveedu
Childrens Literature

Sapthapuram Appukkuttan

CHINTHA PUBLISHERS
Thiruvananthapuram

First Edition
May 2017

Second Edition
July 2022

Published
Chintha Publishers, Thiruvananthapuram

Typesetting
Star communications, Thiruvananthapuram

Printed at
Time offset printers, Thiruvananthapuram

Cover Design
Midas

Illustration
Rajesh Chirappadu

ISBN : 978-93-86364-94-4

CR - 3190 / 6044

Email: chinthapublishers@gmail.com
Website: www.chinthapublishers.com

A version is available at National Libraries
Kolkata, Mumbai, Chennai and Delhi

Distribution
DESHABHIMANI BOOKHOUSE
H O Thiruvananthapuram 695035

Branch
Head Office Kunnukuzhi • Statue Thiruvananthapuram
KSRTC Bus Terminal Thampanoor • Saphalyam Complex Thiruvananthapuram
KSRTC Bus Station Alappuzha • KSRTC Bus Station Ernakulam
Machingal Lane Thrissur • IG Road Kozhikode
Mavoor Road Kozhikode • NGO Union Building Kannur
Central Bus Terminal Complex Thavakkara Kannur

കടങ്കഥകൊണ്ടൊരു കളിവീട്

സപ്തപുരം അപ്പുക്കുട്ടൻ

ചിന്ത പബ്ലിഷേഴ്സ്
തിരുവനന്തപുരം-695 035

സപ്തപുരം അപ്പുക്കുട്ടൻ

തിരുവനന്തപുരം ജില്ലയിൽ നെടുമങ്ങാട്, ചെല്ലഞ്ചി ഗ്രാമത്തിൽ ജനിച്ചു. പരേതരായ പി പരമേശ്വരൻ നായരും എൻ പരമേശ്വരി അമ്മയും മാതാപിതാക്കൾ.

സമ്പൂർണ്ണസാക്ഷരതാ യജ്ഞത്തിൽ ജില്ലാ റിസോഴ്സ് പേഴ്സൺ ആയിരുന്നു. എസ് എസ് എ യുടെ വായന ശില്പശാലയിൽ പലതവണ തിരുവനന്തപുരം ജില്ലയെ പ്രതിനിധീകരിച്ചു. സമഗ്ര ശിക്ഷാ അഭിയാൻ റേഡിയോ പരിപാടി 'രസക്കൂട്ടി'ന്റെ സ്ക്രിപ്റ്റ് റൈറ്ററാണ്.

ബാലസാഹിത്യ രചനകളായ *മുക്കണ്ണൻ തേങ്ങയും മൂവാണ്ടൻ മാങ്ങയും* (കവിതകൾ), *കീരീ കീരീ കിണ്ണം താ, കടങ്കഥ കൊണ്ടൊരു കളിവീട്* (നോവൽ) ഇവ പുറത്തിറങ്ങി. മുക്കണ്ണൻ തേങ്ങയും മൂവാണ്ടൻ മാങ്ങയും ലൈബ്രറി കൗൺസിൽ വായനാ മത്സരത്തിന് തിരഞ്ഞെടുക്കുകയുണ്ടായി. മുപ്പതു വർഷത്തോളം പ്രൈമറി അദ്ധ്യാപകനായി വിവിധ ഗവൺമെന്റ് സ്കൂളുകളിൽ ജോലി ചെയ്തു.

ഭാര്യ : യമുന
മക്കൾ : ഹേമന്ത്, ശിശിര
വിലാസം : ഹരിശ്രീ വെള്ളാഞ്ചിറ
പനവൂർ പി ഒ, തിരുവനന്തപുരം, 695568
ഫോൺ : 9447492295

ഉള്ളടക്കം

പ്രസാധകക്കുറിപ്പ്

കടങ്കഥകൾകൊണ്ടൊരു കളിവീട്. സപ്തപുരം അപ്പുക്കുട്ടൻ ആണ് ഈ കളിവീടിന്റെ ശില്പി. അപ്പൂപ്പൻ കഥകളും അമ്മൂമ്മക്കഥകളും നാട്ടിൻപുറത്തിന്റെ നന്മകളുംകൊണ്ടാണ് ഇതിന്റെ നിർമ്മിതി. നാടിന്റെ മണ്ണും മരവും ജീവജാലങ്ങളും ഇതിലുണ്ട്.

കുട്ടികൾക്കും കുട്ടിത്തം ഇതുവരെ വിട്ടുപോകാത്ത മുതിർന്നവർക്കും കുട്ടികളെ സ്നേഹിക്കുന്നവർക്കും വായിക്കുവാനും വായിച്ചു കൊടുക്കാനും ഉത്തമമായ ഈ ബാലനോവൽ വായനാ ലോകത്തിനുമുന്നിൽ ഞങ്ങൾ സമർപ്പിക്കുന്നു. ഒന്നിച്ചിരുന്ന് ഈ കളിവീട്ടിൽ കളിക്കാം, ആഹ്ലാദിക്കാം.

വിനയാന്വിതരായി ഞങ്ങൾ.

ചിന്ത പബ്ലിഷേഴ്സ്

കഥയുടെ പൊൻനൂലിൽ കോർത്തെടുത്ത തേനൂറും കടങ്കഥകൾ

പ്രൊഫ. എസ് ശിവദാസ്

കുട്ടികൾ കളിച്ചു വളരണം. കളിക്കാൻ ഒരു കളിവീടായാലോ? എങ്കിൽ കുട്ടികൾക്ക് വലിയ സന്തോഷമാകും. അതു ഭാഷകൊണ്ടൊരു കളിവീടായാലോ? എങ്കിൽ കുട്ടികളുടെ ഭാഷാശേഷിയുംകൂടി വളരും. ഒന്നോർത്താൽ കഥയും കവിതയും ലേഖനവും നാടകവും എല്ലാം ഭാഷയിൽ പണിതീർത്തിട്ടുള്ള മനോഹരങ്ങളായ കളിവീടുകൾ തന്നെ. മനോഹരമായ മലയാള ഭാഷയിൽ അങ്ങനെയുള്ള എത്രയോ കളിവീടുകൾ ഉണ്ടുതാനും. എന്നാൽ മനോഹരമായ മലയാളത്തിലെ അതിമനോഹരങ്ങളായ കടങ്കഥകൾകൊണ്ടും ഒരു കളിവീടുണ്ടാക്കാമെന്നും അത് ഒരു മനോഹരമായ നോവലാക്കി മാറ്റാമെന്നും മലയാളികളെ കാണിച്ചു തന്നിരിക്കുന്നു നമ്മുടെ സപ്തപുരം അപ്പുക്കുട്ടൻ. അതിന് അദ്ദേഹത്തെ ഞാൻ സഹർഷം അഭിനന്ദിക്കുന്നു.

അപ്പുക്കുട്ടൻ മാഷാണ്. നല്ല മാഷ്. നന്നായി കുട്ടികളെ സ്നേഹിക്കും. കൈകാര്യം ചെയ്യും. നന്നായി കുട്ടികളോടു സംസാരിക്കും. ആശയവിനിമയം നടത്തും. അങ്ങനെ നന്നായി കുട്ടികളോടു സംസാരിച്ചു സംസാരിച്ച് അപ്പുക്കുട്ടൻമാഷ് ബാലസാഹിത്യകാരനായി. അതെ, നല്ല അദ്ധ്യാപകരെല്ലാം നല്ല ബാലസാഹിത്യകാരന്മാരുമായേ പറ്റൂ. പൂമൊട്ടു വിരിയും

പോലെ. പൂമണം പരത്തുംപോലെ ഒരു സ്വാഭാവികമായ പരിണാമം മാത്രമാണിത്. അങ്ങനെ അപ്പുക്കുട്ടൻമാഷ് രണ്ടു പുസ്തകങ്ങൾ എഴുതി. അപ്പോഴേക്ക് ആ മാഷിന്റെ തലയിൽ കടങ്കഥകൾ കയറി സ്ഥാനമുറപ്പിച്ചു കഴിഞ്ഞിരുന്നു. ഞങ്ങളെക്കൊണ്ടൊരു കഥയെഴുതൂ, നോവലെഴുതൂ എന്ന് അവ കരഞ്ഞു പറഞ്ഞു കാണണം.

അങ്ങനെ അപ്പുക്കുട്ടൻ കഥയെഴുതാനിരുന്നപ്പോൾ കടങ്കഥകൾകൊണ്ടു കളിക്കുന്ന അമ്മൂമ്മമാരും മുത്തച്ഛനുമൊക്കെയെത്തി. നാട്ടിൻപുറത്തിന്റെ നന്മകളൊക്കെ ഓടിയെത്തി. നാടിന്റെ മണ്ണും മരവും നാനാതരം ജീവജാലങ്ങളുമെത്തി. അണ്ണാറക്കണ്ണൻ മുതൽ ചെത്തിപ്പൂവരെ വന്നു. കനകച്ചിലങ്ക കിലുങ്ങികിലുങ്ങി, കാഞ്ചന കാഞ്ചി വിതറി മലയാളഭാഷ നൃത്തം വച്ചു വന്നു. തേനൂറും കടങ്കഥകൾ കോർത്തെടുത്ത്, കഥയുടെ പൊൻനൂലിൽ തന്നെ വിദഗ്ദ്ധമായി കോർത്തെടുത്ത്, മനോഹരമായ ഒരു കളിവീട് തയ്യാറായി. കണ്ണിൽ കൗതുകവും നാവിൽ നാടൻ താളവുമായി ആടാനും പാടാനും പറയാനും തർക്കിക്കാനും സന്തോഷിച്ചു ചിരിക്കാനും തയ്യാറായി ഓടിവരുന്ന മലയാളത്തിലെ കുന്നിമണികളേ, കുഞ്ഞു കാന്താരികളേ നിങ്ങൾക്കായി ഒരുക്കിയിരിക്കുന്ന ഈ കളിവീട്ടിൽ കളിച്ചോളൂ. കളിച്ചു ചിരിച്ചു രസിച്ചു മിടുക്കരായിക്കോളൂ. ഇതാകുന്നു അപ്പുക്കുട്ടൻ മാഷിന്റെ ആഹ്വാനം.

അതിനാൽ എല്ലാ കുട്ടികളും കുട്ടിത്തം ഉള്ളിലുള്ള മുതിർന്നവരും കുട്ടികളെ സ്നേഹിക്കുന്ന രക്ഷിതാക്കളും വരൂ. എല്ലാവർക്കും ഒന്നിച്ചിരുന്ന് ഈ കളിവീട്ടിൽ കളിക്കാം. അയ്യയ്യോ മലയാളത്തിലിത്രയേറെ കടങ്കഥകൾ ഉണ്ടോ എന്ന് ഇടയ്ക്കിടെ ചോദിച്ച് അത്ഭുതപ്പെടുകയും ചെയ്യാം. മൗലികത തുളുമ്പുന്ന, മനോഹരമായ ഈ കടങ്കഥക്കളിവീട് രചിച്ച സപ്തപുരം അപ്പുക്കുട്ടന് ഇനിയും ഇങ്ങനെയുള്ള രസക്കുടുക്കകൾ രചിക്കാൻ കഴിയട്ടെ. അദ്ദേഹത്തിന് എന്റെ സ്നേഹാദരങ്ങളോടെയുള്ള ആശംസകൾ. എല്ലാ സഹൃദയർക്കുംവേണ്ടി സഹർഷം ഞാൻ ഈ മനോഹരമായ കളിവീടിന്റെ കുഞ്ഞു വാതിലുകൾ തുറന്നിടുന്നു. വരൂ ഉള്ളിൽ കയറി കളിക്കൂ. ആഹ്ലാദിക്കൂ.

മുത്തശ്ശിക്കൊപ്പം നടക്കുവിൻ മക്കളേ...

അപ്പൂപ്പൻ കഥയും അമ്മൂമ്മക്കഥയും നാടോടിക്കഥയും വീരകഥകളും കേട്ടു വളരുന്ന ബാല്യത്തിനു കടങ്കഥകൊണ്ടൊരു കഥയെഴുതുകയാണ് (കഥയല്ല, നോവൽ)

ഈ രചനയെ സസൂക്ഷ്മം വിലയിരുത്തി അവതാരിക എഴുതി അനുഗ്രഹിച്ച ശാസ്ത്രസാഹിത്യകാരൻ പ്രൊഫസർ എസ് ശിവദാസ് (ശിവദാസ് മാമൻ) അവർകളോട് ഞാൻ കടപ്പെട്ടിരിക്കുന്നു. മുൻകാല രചനകളെ വായനക്കാർക്ക് സമർപ്പിച്ച ഡോ. എസ് രാജശേഖരൻ, ശ്രീ. സി രാധാകൃഷ്ണൻ എന്നീ ശ്രേഷ്ഠ വ്യക്തിത്വങ്ങളോടും ഞാൻ കടപ്പാടുള്ളവനാണ്. ഈ ഗ്രന്ഥം പ്രസിദ്ധീകരിക്കുന്ന ചിന്ത പബ്ലിഷേഴ്സിന്റെ പ്രവർത്തകരുടെ സേവനം വലുതാണ്.

പിച്ചിപ്പൂവിന്റെ മണവും, മാമ്പഴത്തിന്റെ മധുരവും ഊറുന്ന കടങ്കഥകൾ കേട്ടും പറഞ്ഞും, അവയുടെ പൊരുൾ തേടി തൊടികളിൽ അലഞ്ഞും ചെലവിട്ട ബാല്യം. അച്ഛൻ മെടഞ്ഞ പനയോലപ്പായ വിരിച്ച് മാനം നോക്കിക്കിടന്ന് ആകാശ വിസ്മയങ്ങളിൽ അലിഞ്ഞ് മയങ്ങിപ്പോയ രാത്രികൾ. പല്ലാങ്കുഴിപ്പലകയിലെ കുഴികളിൽ ചിമ്മിനിവെട്ടത്തിൽ മിന്നുന്ന ചുവന്നു തുടുത്ത മഞ്ചാടിമണികൾ. ഓരോന്നും തുറന്നാലടയാത്ത

കൗതുകച്ചെപ്പുകൾ. ഞങ്ങളുടെ ഗ്രാമത്തിന്റെ സർവ്വ സമൃദ്ധിക്കും നിദാനമായ ചെല്ലഞ്ചിയാറ് (വാമനപുരം നദി). അതിന്റെ വിശാലമായ മണൽത്തിട്ടയിലും പരിസരത്തെ പറമ്പുകളിലുമായി നിരവധി കളികൾ. അക്കാലങ്ങളിൽ മിക്കപ്പോഴും നിറഞ്ഞു കവിയുന്ന നദിയിൽ മുങ്ങാങ്കുഴിയിട്ടും, മുങ്ങിയും പൊങ്ങിയും തൊട്ടുകളിച്ചും ഊളനും കോഴിയും കളിച്ചും തിമിർത്ത ബാല്യം.

അരണ്ട നിലാവുള്ള വൈകുന്നേരങ്ങളിൽ ഉടുമുണ്ടിൽ മിന്നാമിനുങ്ങുകളെപ്പിടിച്ചും രാത്രികാലങ്ങളിൽ ചൂട്ടുമിന്നിച്ച് മീൻ പിടിച്ചും മുതിർന്നവരോടൊപ്പം കൂടാൻ കിട്ടിയ ഭാഗ്യം. നിലാവിനെ സ്നേഹിക്കാനും രാപ്പേടി തീർക്കാനും അതു സഹായകമായിട്ടുണ്ട്.

ബാല്യ-കൗമാര കുതൂഹലങ്ങളായി വന്ന് മനസ്സിൽ കുടിയേറിയ കടങ്കഥകൾക്ക് ഇന്നും പത്തരമാറ്റ്. ഇത്തരം സന്തോഷങ്ങളെ കുട്ടികളിലേക്ക് പകരാൻ കൂടിയാണ് ഈ പുസ്തക രചനയിലൂടെ ഉദ്ദേശിക്കുന്നത്. ഭാഷയുടെയും സംസ്കാരത്തിന്റെയും നേരും, നിറവുമായ കടങ്കഥകൾ അവയുടെ നിറവും മണവും രുചിയും കയ്പും പുളിപ്പും ചോർന്നുപോകാതിരിക്കാൻ ഏറെ ശ്രദ്ധിച്ചിട്ടുമുണ്ട്. ഉൾനാടൻ ഗ്രാമമായ ഞങ്ങളുടെ 'ചെല്ലഞ്ചി'യിൽ കുരുങ്ങിപ്പോകുന്ന ഒരു ചെറിയവനാണ് ഞാൻ എന്നതിൽ അഭിമാനിക്കുന്നു. ആ ജീവിതത്തിന്റെ ധന്യത എന്റെ മുൻകാല രചനകളിൽ കാണാം. സംസാരമദ്ധ്യേയും സ്നേഹ ഭാഷണങ്ങൾക്കിടയിലും പഴഞ്ചൊല്ലും കഥങ്കഥകളുമായി വന്നു നിറയുന്ന എന്റെ അമ്മയും കർഷകനായ അച്ഛനും ഇടയ്ക്കിടെ വന്നു പോകുന്നുണ്ടാവാം.

സ്കൂൾ കലോത്സവ വേദികളിൽ നിർജ്ജീവമായി അവതരിപ്പിച്ചു കണ്ടിട്ടുള്ള കടങ്കഥയ്ക്ക് ഒരു മാറ്റം മുന്നിൽക്കണ്ടു തുടങ്ങിവച്ച അവതരണ രീതിയാണു ഈ നോവൽ രചനയ്ക്ക് ആധാരം. അതിനുള്ള അനുഭവം പകർന്നുതന്ന അദ്ധ്യാപക ജീവിതത്തിന്റെ ധന്യതയിലും പാഠങ്ങളായി തീർന്ന കുഞ്ഞു

ങ്ങളുടെ താല്പര്യത്തിലും ഞാൻ ഏറെ സന്തുഷ്ടനാണ്. കുട്ടികൾക്കെന്നപോലെ ഇഷ്ടമെങ്കിൽ മുതിർന്നവർക്കും പേരയ്ക്കയും, ചാമ്പയ്ക്കയും തെറ്റിപ്പഴവും, ഇളനീരും രുചിക്കാം. ചുറ്റുപാടുകളോടും പ്രകൃതിയോടും ഇണങ്ങാം. കളിവീടുണ്ടാക്കാം. മുത്തശ്ശി മാഹാത്മ്യവും മുത്തശ്ശൻ സാന്നിദ്ധ്യവും അനുഭവിച്ചറിയാം. കഥ കഥ കഥയോ കടങ്കഥ.

അക്ഷരാംശസകളോടെ,

സപ്തപുരം അപ്പുക്കുട്ടൻ.

സമർപ്പണം

കുന്നോളമുള്ള വലിയ സത്യങ്ങളെ, കുന്നിക്കുരുമണിച്ചെപ്പിലാക്കി, ഉണ്ണികൾക്കായി ഉണ്ണിക്കഥകൾ പറഞ്ഞു ഊരുചുറ്റിയ കുഞ്ഞുണ്ണി മാഷ്. കുഞ്ഞുങ്ങളുടെ ഭാവനയെ വാനോളമുയർത്തി വർണ്ണച്ചിറകു മുളപ്പിച്ച് വാക്കുകൾ തൂക്കം നോക്കി പ്രയോഗിച്ച ഭാവനാശാലി. വാനവും ഭൂമിയും വാക്കും നോക്കുംകൊണ്ട് കുഞ്ഞുമിഴികളിലും കുരുന്നു ഭാവനയിലും നിറച്ച കവി പ്രതിഭ. പഴമൊഴിയുടെയും കടങ്കഥയുടെയും കുലപതിയുടെ സ്മരണയ്ക്കു മുമ്പിൽ ഈ പുസ്തകം സമർപ്പിക്കുന്നു.

1

ആദ്യം കയ്ക്കും പിന്നെ മധുരിക്കും

അമ്മുവും അവളുടെ കൂട്ടുകാരായ സജ്നയും ഡോണും മുത്തശ്ശിക്കൊപ്പം കൂടുക പതിവാണ്. മുത്തശ്ശി അവർക്ക് ധാരാളം കഥകൾ പറഞ്ഞുകൊടുക്കും. കാണുന്ന കാര്യങ്ങൾ അപ്പപ്പോൾ അവരുടെ ശ്രദ്ധയിൽപ്പെടുത്തും. അത് കടങ്കഥ രൂപത്തിലാണെന്നു മാത്രം. മുത്തശ്ശിക്കൊപ്പം നടക്കാനും കിടക്കാനും ഉറങ്ങാനുമൊക്കെ മൂവർ സംഘത്തിന് പെരുത്തിഷ്ടമാണ്. മറ്റൊരു രീതിയിൽ പറഞ്ഞാൽ മുത്തശ്ശിയും അവരുടെ കൂട്ടുകാരി തന്നെ.

പതിവ് നടത്തം പുരോഗമിച്ചു. ആദ്യം കണ്ട കാഴ്ചയെക്കുറിച്ച് കൂട്ടത്തിലിളയവളായ സജ്ന ചോദിച്ചു: "മുത്തശ്ശി, ഇതെന്താണ്?" ഉടൻ വന്നു മറുപടി. "ങാ.... അതോ ശ്രദ്ധിച്ചു നോക്ക്. 'മുറ്റത്തെച്ചെപ്പിനടപ്പില്ലാ'ന്ന്. അമ്മുവിന്റെ മറുപടി മുത്തശ്ശിക്കും നന്നേ ഇഷ്ടപ്പെട്ടു. 'കിണർ!' കേട്ട മാത്രയിൽ ഡോണിന് ദാഹമായി. അച്ഛനോടൊപ്പം നടക്കുമ്പോൾ അവന് ഡ്രിങ്ക്സും സ്നാക്സുമൊക്കെ കിട്ടുമത്രെ! അവന്റെ ദാഹത്തിനുമുണ്ട് മുത്തശ്ശിയുടെ കൈയിൽ പരിഹാരം. "ങാ, എടാ ഡോണേ, നിന്നെ സഹായിക്കാൻ ഒരമ്മയുണ്ട്. അവളെ കണ്ടെത്തണം." സജ്ന ചോദിച്ചു: "ഏതാ മുത്തശ്ശീ, ആ അമ്മ." അതോ, "ഒരമ്മ എന്നും മുങ്ങിക്കുളിക്കും ആ അമ്മയാണീയമ്മ."

കിണറിനുമേലെ കമിഴ്ത്തിവച്ചിരിക്കുന്ന വസ്തു കണ്ടയുടൻ ഡോൺ പറഞ്ഞു. "തൊട്ടിയും കയറും." 'അതേടാ മിടുക്കാ." തൊട്ടിയും കയറുംകൊണ്ട് വെള്ളം കോരിക്കുടിച്ച് അവർ യാത്ര തുടർന്നു.

വീട്ടുമുറ്റം കടന്ന് നടത്തം ഇടവഴിയിലൂടെയായി. പല കൗതുക കാഴ്ചകൾ. മരങ്ങൾ പൂക്കൾ, മൃഗങ്ങൾ, പക്ഷികൾ അങ്ങനെ പലതും ആദ്യകാഴ്ച അല്പം വെറുപ്പുളവാക്കി. കെട്ടിക്കിടന്ന വെള്ളത്തിലൂടെ ഒരു വിദ്വാന്റെ മരണപ്പാച്ചിലായിരുന്നു അത്. കഷ്ടിച്ച് അവൻ കരയെത്തി. ഉടൻ വന്നു മുത്തശ്ശിയുടെ കമന്റ്.

"എല്ലില്ലാക്കുഞ്ഞൻ പുഴ നീന്തിക്കടന്നു." മൂന്നുപേരും ഒരുമിച്ചാണ് ഉത്തരം പറഞ്ഞത്. "അട്ട" മുത്തശ്ശിയുടെ സമ്മാനം മൂവർക്കും കിട്ടി. പഴുത്തു തുടുത്ത ഓരോ തെറ്റിപ്പഴം. ആദ്യമായി തെറ്റിപ്പഴം കണ്ട സജ്ന തെല്ലതിശയിച്ചു. അതിന്റെ തുടിപ്പും ആകൃതിയും അവളെ അത്ഭുതപ്പെടുത്തി. 'തിന്നോടീ, നുണച്ചിപ്പാറൂ.' എന്ന് മുത്തശ്ശി. എല്ലാവരും ചിരിച്ചു. ഉടൻ കിട്ടി സജ്നയ്ക്ക് ചക്കരമുത്തം.

ഇനിയല്പം വിശ്രമമാകാം. മൂവർക്കും മുത്തശ്ശിയുടെ വാക്കുകൾ ഇഷ്ടമായി. മരച്ചുവട്ടിൽ ഇരിപ്പുറപ്പിച്ചു. മുകളിൽ പക്ഷികളുടെ കലപില. തണുത്ത കാറ്റ്. പച്ചപ്പിൽ മതിമറന്ന് കുട്ടികൾ മയങ്ങാൻ തുടങ്ങി. മുത്തശ്ശി വിളിച്ചു. കുന്നിമണികളേ, കാന്താരികളേ നടത്തം തുടരാം. ഒരാൾ വാഹനമേറി അതുവഴി പോയി. ഇപ്പോൾ മുത്തശ്ശിക്കഥ കേട്ട അനുഭവത്തിലെ പാഠം ഉൾക്കൊണ്ട് ഡോൺ പറഞ്ഞു. "വട്ടത്തിൽ ചവുട്ടിയാൽ നീളത്തിലോടും" സജ്ന ഉടനുത്തരമെടുത്തിട്ടു. "ചൈക്കിള്" അക്ഷരം ഉറച്ചു വരുന്ന അവളുടെ തെറ്റൊന്നും ആരും കണക്കാക്കിയില്ല. എല്ലാവരും കൈയടിച്ചു. ഉത്തരം ശരിയായതിൽ സൈന തുള്ളിച്ചാടി.

തെല്ലിട കഴിഞ്ഞപ്പോൾ കുറച്ചുപേർ തലയിൽ വട്ടിയും കുട്ടയുമൊക്കെയായി വരവായി. മുത്തശ്ശി പറഞ്ഞു ചന്തയ്ക്ക് പോകുന്നവരാണ്. അവരുടെ വട്ടികളിൽ വില്പനയ്ക്കുള്ള പലവിധ സാധനങ്ങളാണ്. മൂന്നുപേർക്കും അറിയാൻ തിടുക്കമായി. എന്തെല്ലാമാണ് വട്ടി കുട്ടകളിലെന്ന്. മുത്തശ്ശി വീണ്ടും കട

ങ്കഥ കെട്ടഴിച്ചു. മുക്കണ്ണനുണ്ട്. വട്ടീലൊട്ടിയുണ്ട്, വഴീക്കുഴഞ്ച നുണ്ട്.

ആദ്യത്തെ രണ്ടെണ്ണം അമ്മുവും അടുത്തത് ഡോണും പറഞ്ഞു. മുത്തശ്ശിക്കു സന്തോഷം. കുന്നിമണികളേ, മിടുക്കരേ മൂന്നുത്തരവും ശരി. കൈയടിയും ചിരിയുമായി 'മുക്കണ്ണൻ തേങ്ങയാണെന്നും' വട്ടീലൊട്ടി പുളിയാണെന്നും' വഴീക്കുഴഞ്ചൻ ചീരയാണെന്നും' പറഞ്ഞെങ്കിലും വഴീക്കുഴഞ്ചനെ പലരും കണ്ടിട്ടുണ്ടായിരുന്നില്ല. ഉടൻതന്നെ പാർവ്വതിക്കുട്ടിയെ വിളിച്ചു മുത്തശ്ശി പറഞ്ഞു. 'പാറേ ഒരു ചീര പിഴുതോണ്ടു

വാ'. ഉടനെത്തി പാറു ചീരയുമായി. അഞ്ചാമത്തെ യാത്രാംഗമായി പാറുവും കൂടി.

മുത്തശ്ശി പഴയകാലത്തെ ചന്തയെക്കുറിച്ചും അവിടുത്തെ പലഹാരങ്ങളെക്കുറിച്ചുമൊക്കെ പറഞ്ഞു തുടങ്ങിയപ്പോൾ എല്ലാവർക്കും വായിൽ വെള്ളമൂറി. 'കുണുക്ക്' എന്ന പലഹാരം എന്തെന്നായി സജ്നയുടെ സംശയം. മുത്തശ്ശിയുടെ കാതിലെ ഓട്ട കാണിച്ചിട്ട് പറഞ്ഞു. 'ദാ ഈ ഓട്ടയിൽ ഒരു മുറുക്ക്. അതിനെ തൂങ്ങി മറ്റൊന്ന്. വീണ്ടും വേറൊന്ന്. ഇങ്ങനെ ഞാന്നു കിടക്കുന്ന മുറുക്കു കൂട്ടത്തെയാണ് 'കുണുക്ക്' എന്നു പറയുന്നതെന്ന വിശദീകരണം എല്ലാവർക്കും ഹൃദ്യമായി. ഒന്നു തിന്നാൽ കൊള്ളാമെന്നുമായി. മുത്തശ്ശി കടങ്കഥയുടെ ഒരു കലവറയാണ്. തുടർന്ന് ചന്തക്കടങ്കഥയുടെ കെട്ടഴിച്ചു. അവിടെ വന്നെത്തിയ ഉല്പന്നങ്ങളെക്കുറിച്ചിങ്ങനെ തുടർന്നു.

'മണ്ണിന്നടിയിൽ പൊന്നുരുളി', 'മണ്ണിനടിയിലെ വെള്ള സായിപ്പ്' 'ഒരമ്മ പെറ്റ മക്കളെല്ലാം തൊപ്പിക്കാര്', 'ഒരു കുപ്പിയിൽ രണ്ടെണ്ണ'. മാലപ്പടക്കം പൊട്ടും പോലെ കടങ്കഥകൾ 'ഞരുപിരെ' പൊട്ടി. ഉത്തരം ചിലതു മൂവർക്കുമറിയാമായിരുന്നു. ബാക്കി മുത്തശ്ശിയുടെ സഹായത്തോടെ കണ്ടെത്തി. യാത്ര ഉല്ലാസപ്രദമായി.

അടുത്ത വിശ്രമസ്ഥലമെത്തിയതായി മുത്തശ്ശി അറിയിച്ചു. വെള്ളിക്കൊലുസിട്ട് തുള്ളിക്കളിക്കുന്ന ഒരരുവിയുടെ കരയിലായിരുന്നു അവരെത്തിയത്. കരയിൽ അമ്മൂമ്മ നിന്നു ചെരുപ്പഴിച്ചെടുത്തു. എല്ലാവരും മുത്തശ്ശിയെ അനുകരിച്ചു. ഇതു കണ്ട് മുത്തശ്ശി പറഞ്ഞു. ഡോണൂ 'ഓടും കുതിര ചാടും കുതിര വെള്ളം കണ്ടാൽ നില്ക്കും കുതിര' അവൻ വെള്ളത്തിലിറങ്ങി രണ്ടു ചാട്ടം ചാടി കുതിരയുടെ ശബ്ദവുമുണ്ടാക്കി. എല്ലാവരും ചിരിച്ചുപോയി. മുത്തശ്ശിയുടെ പറച്ചിലിൽ ഒരു കുസൃതിയടങ്ങിയിട്ടുണ്ടെന്നും അത് എന്താണെന്നും അവർ ഊഹിച്ചു തുടങ്ങി. സജ്നയുടെ ഉത്തരം ചിരി ഉയർത്തി. അവൾ ഇരുവശം കെട്ടിയ തല കുലുക്കി രണ്ടു ചാട്ടം. ഇതല്ലേ മുത്തശ്ശീ ഉത്തരം 'തല'. സജ്നയുടെ തലയിൽത്തലോടി ഒരു മുത്തവും നല്കി അവളെ എടുത്തുകൊണ്ട് അരുവി കടന്നു. ആരും തോറ്റെന്നു വരാതിരിക്കാൻ മുത്തശ്ശിതന്നെ ഉത്തരം പറഞ്ഞു. 'ചെരിപ്പ്'

എല്ലാവർക്കും അമളി മനസ്സിലായി. കൂട്ടച്ചിരിയോടെ കൈയിലിരുന്ന ചെരിപ്പുകൾ അരുവിയുടെ മറുകരയിലേക്കിട്ടു.

യാത്രയുടെ രസത്തിൽ ആർക്കും ക്ഷീണം അനുഭവപ്പെട്ടില്ല. ഇരുവശത്തുനിന്നും ധാരാളം പഴങ്ങൾ കഴിക്കാൻ കിട്ടി. ഞാവൽ, തെറ്റിപ്പഴം, പേരയ്ക്ക അങ്ങനെ പലതും. ഒരു മരച്ചുവട്ടിൽനിന്ന് കിട്ടിയ ചില കായകൾ ആരും കാണാതെ പെറുക്കിയെടുത്തു മുത്തശ്ശി മടിയിൽ സൂക്ഷിച്ചിരുന്നു. അതു കൈക്കകത്തൊളിപ്പിച്ചിട്ടു പറഞ്ഞു ഇനി വേറൊരു സാധനം ഞാൻ നിങ്ങൾക്കു തിന്നാൻ തരും. ഡോൺ ചോദിച്ചു "എന്താണ്." "എന്താണ് മുത്തശ്ശീ."

"നീ പറ, ആരോ പറഞ്ഞോളൂ പറയുന്നവർക്കിതു തരും." പാറു ചോദിച്ചു ഒരു 'ക്ലൂ' തരാമോ. എന്തോന്നു 'പുളു' പോടീ കാന്താരീ പണ്ടേ നീ പുളൂസാണ് ഇനി വേറെ പുളു വേണ്ട. കൂട്ടച്ചിരിയുയർന്നു. ഡോൺ പറഞ്ഞു മുത്തശ്ശീ ക്ലൂ ക്ലൂ.

ഓ സുരേഷ് ഗോപിയുടെ ദേ പോയി ദാ വന്നു. അതിലെ ക്ലൂ അല്ലേ. കൂട്ടച്ചിരിയായി. ദാ പിടിച്ചോ ക്ലൂ. 'ആദ്യം കയ്ക്കും പിന്നെ മധുരിക്കും.' സജ്നയുടെ മറുപടി വന്നു. 'മരുന്ന്.' അവൾക്ക് മരുന്നുകൊടുത്തിട്ട് അമ്മ പഞ്ചസാര കൊടുത്ത ഓർമ്മയിലാണവൾ അതു പറഞ്ഞത്. വീണ്ടും ചിരി വന്നു. ഡോണിന്റെ ഉത്തരം 'നെല്ലിക്ക' ശരിയാണ്. പഴുത്തു മൂത്ത ഒരു നെല്ലിക്ക അവനും സംഘാംഗങ്ങൾക്കും കൊടുത്തു. മുത്തശ്ശിയുടെ ശ്രദ്ധ ഇപ്പോൾ മറ്റൊരു കാര്യത്തിലാണ്.

'പാറൂ എന്താ ഒന്നും മിണ്ടാത്തത്. എന്തുപറ്റീ പൊന്നുമോൾക്ക്...' ഒന്നുമില്ല മുത്തശ്ശീ ഞാനിതെല്ലാം കേട്ട് വച്ചിരുന്നിട്ട് നാളെ സ്കൂളിൽച്ചെന്ന് കൂട്ടുകാരോട് മത്സരിക്കാൻ തയ്യാറെടുക്കുകയാണ്. 'മിടുക്കി അതുകൊള്ളാം. നീ ജയിക്കും തീർച്ച.' എല്ലാവരും കൈയടിച്ചു.

മുത്തശ്ശിയുടെ മനസ്സിലും മടിയിലും ധാരാളം കടങ്കഥകൾ ഒളിച്ചിരിപ്പുണ്ടായിരുന്നു. അവ മെല്ലെ മെല്ലെ ഉതിർന്നുവീഴാൻ തുടങ്ങി. ഉരുണ്ടു പിരണ്ടു വീഴുന്ന ഒരു ചെറിയ വസ്തു സജ്ന കണ്ടെങ്കിലും അവൾ കാര്യമാക്കിയില്ല. എല്ലാവരും നോക്കി നില്ക്കെത്തന്നെ മുത്തശ്ശി അതെടുത്തു. വളരെ പ്രാധാന്യം കൊടുക്കാതെ മടിയിൽ വച്ചു. തെല്ലിട കഴിഞ്ഞ് ചോദ്യം വന്നു

'കാട്ടിലൊരമ്മ കണ്ണെഴുതി' ഇക്കുറി പാറു ഉണർന്നു. ഉടൻ വന്നു ഉത്തരം: 'കുന്നിക്കുരു' മുത്തശ്ശി അവളെ ചുമലിൽ തട്ടി അഭിനന്ദിച്ചുകൊണ്ട് ചോദിച്ചു. എങ്ങനെ കിട്ടി പാറേ ഉത്തരം. ഞാൻ ഊഹിച്ചു നോക്കി. കാട്ടിലൊരമ്മ കണ്ണെഴുതുന്നതെങ്ങനെ. അപ്പോഴാണ് അച്ഛനെനിക്ക് ഈയിടെ കൊണ്ടുതന്ന മഞ്ചാടിയും കുന്നിക്കുരുവും ഓർമ്മ വന്നത്. കൊള്ളാമല്ലോ മിടുക്കീ... 'ങാ... കടങ്കഥ ബുദ്ധിയുടെയും യുക്തിയുടെയും ഊഹിച്ച് കണ്ടെത്തലിന്റെയും കൂടി മേളനമാണ്. നല്ല കടങ്കഥകൾ അറിവിന്റെ ചെപ്പുകളാണ്.' ഇന്നത്തെ യാത്ര നമുക്ക് അവസാനിപ്പിക്കാം. മനസ്സില്ലാ മനസ്സോടെ അവർ മറ്റൊരു വഴിയിലൂടെ മുത്തശ്ശിക്കൊപ്പം മടക്കയാത്ര തുടങ്ങി.

2

നാലു കാലുള്ളൊരു നങ്ങേലിപ്പെണ്ണിനെ

ഇടവഴിയിൽ കണ്ട കാഴ്ച എല്ലാവരെയും തെല്ലൊന്നു പേടിപ്പിച്ചു. മുത്തശ്ശിയുണ്ടല്ലോ പിന്നെന്തിനു പേടിയെന്നായി എല്ലാവരുടെയും ചിന്ത. എന്താ മുത്തശ്ശീ ആ പോയത്. സജ്ന യാണ് സംശയം ചോദിച്ചത്. മക്കളേ, 'ഇടവഴിയിലൂടൊരു കരി വടി' ഓടിയതാ. ഞൊടിയിടയിൽ ഒന്നു കണ്ട അമ്മു ഉടൻ ഉത്തരം പറഞ്ഞു, ചേര. മുത്തശ്ശി തിരുത്തി, ചേരയല്ല അത് മറ്റൊരു പാമ്പാണ്. പൊതുവിൽ പാമ്പെന്നു പറയാം. വിഷമു ള്ളതാണ്. ഡോണിനു ചെറിയ പേടി വന്നു. ഉടൻ അമ്മു ഇട പെട്ടു. ങാ വാവാ സുരേഷങ്കിൾ ഈയിടെ വായനശാലയിൽ നടത്തിയ പ്രദർശനത്തിൽ പാമ്പുകളെക്കുറിച്ച് ഒത്തിരി കാര്യ ങ്ങൾ പറഞ്ഞു. വിഷമുള്ളവ, ഇല്ലാത്തവ, ഉപകാരി പാമ്പുകൾ, നിരുപദ്രവകാരികൾ ഇങ്ങനെ...

മുത്തശ്ശി ഒരു പാട്ടുപാടി,

'പാമ്പുകൾക്ക് മാളമില്ല
പറവകൾക്കാകാശമില്ല
മനുഷ്യപുത്രനു തല ചായ്ക്കാൻ
മണ്ണിലിടമേറി'...

പാമ്പുകളുടെ ആവാസ സ്ഥലങ്ങളായിരുന്ന കാടും മലയും ഇല്ലാതാകുന്നതിനെക്കുറിച്ചും മനുഷ്യന്റെ ദുഷ്ടതയെക്കുറിച്ചും

ഓർമ്മിക്കാൻ വേണ്ടിയാണ് മുത്തശ്ശി ഈ പഴമ്പാട്ടിനെ പുതുക്കിയവതരിപ്പിച്ചത്.

മുത്തശ്ശി, 'ഈ ഇടവഴി അല്പം അപകടം നിറഞ്ഞതാണെന്നാണ് തോന്നുന്നത്. എന്നെ എടുത്തോ.' എനിക്കു പേടി വരുന്നു. അമ്മു ഉടൻ തന്നെ സജ്നയെ ചുമലിലേറ്റി. കൊമ്പ് കെട്ടിയ തലയാട്ടി കാൽ തോളിന് ഇരുവശവുമിട്ട് അവൾ നിവർന്നിരുന്നു. തോട്ടരികിൽ തവള കരയുന്നതുപോലൊരു ശബ്ദം. ഡോൺ പറഞ്ഞു, 'മുത്തശ്ശി വേഗം പോകാം. എന്തോ ശബ്ദം കേൾക്കുന്നു.' സാരമില്ലെടാ ഡോണേ... അത്

'നാലുകാലുള്ളൊരു നങ്ങേലിപ്പെണ്ണിനെ
കോലുനാരായണൻ കട്ടോണ്ടുപോയതാ.'

എന്നു പറഞ്ഞാലെന്താ മുത്തശ്ശി? പാറുവിനറിയാം അവൾ അച്ഛന്റെ കൂടെ കാലത്തും വൈകിട്ടും വയലിലൊക്കെ പോകുന്നതല്ലേ. മോള് ആലോചിച്ച് നോക്കൂ. ഈ ശബ്ദം കേട്ടിട്ടുണ്ടാവുമല്ലോ. വീണ്ടും ആ ശബ്ദം ആവർത്തിച്ചു. 'പാമ്പ് തവളയെ

പിടിച്ചെന്നാ തോന്നുന്നത്.' മുത്തശ്ശി അവളെ പുകഴ്ത്തി ഉത്തരമാണ് പറഞ്ഞത്. 'ചേര തവളയെ പിടിക്കുന്നതു തന്നെ' വഴിയരികിലെ കാഴ്ചകൾ ഒന്നും വിടാതെ മുത്തശ്ശി കാട്ടിക്കൊടുത്തു. ഐവർ സംഘം സന്തോഷത്തിമിർപ്പിലായി. ഒരോന്നു പറഞ്ഞവർ യാത്ര തുടർന്നു. അടുത്തതായി മുത്തശ്ശി ഒരു കടങ്കഥകൂടി പുറത്തെടുത്തു. 'കാട്ടിലൊരമ്മ പട്ടിട്ടുമൂടി നില്ക്കുന്നു' എന്നതായിരുന്നു അത്. മൂക്കിലടിച്ചു കയറിയ മണം എന്തെന്ന് ചിലർക്ക് മനസ്സിലായി. മുത്തശ്ശി പഴയൊരു തന്ത്രം എടുത്തു. ഒരു "ക്ലൂ" തരാം. മുത്തശ്ശി ഫലിതം കേട്ടെല്ലാവരും ചിരിച്ചു. എന്താണ് മുത്തശ്ശീ "ക്ലൂ." ഒന്നു കേൾക്കട്ടെ. പാറുവിന്റേതായിരുന്നു അഭിപ്രായം. മുത്തശ്ശി പറഞ്ഞു. എല്ലാവരും മൂക്ക് തുറന്നു വയ്ക്കൂ. സജ്ഞ കേട്ട മാത്രയിൽ തന്നെ ചൂണ്ടു വിരലും തള്ള വിരലും കൊണ്ട് മൂക്ക് മേല്പോട്ട് തുറന്നു. എടീ കാന്താരീ ഇങ്ങനെയല്ല. മണംപിടിക്കാനാ പറഞ്ഞതെന്നായി മുത്തശ്ശി. എല്ലാവരും മണം പിടിച്ചു. ഹൃദ്യമായ ഏതോ മണം അരിച്ചെത്തി. എല്ലാവരും ഒന്നിച്ചുതന്നെ പറഞ്ഞു. പൈനാപ്പിൾ. അത് എന്താ തൊന്തരവ് എന്നായി മുത്തശ്ശി. അമ്മുവിന്റേതായിരുന്നു മറുപടി. മുത്തശ്ശീ പൈനാപ്പിൾ എന്നാൽ പുറുത്തിച്ചക്ക, കൈതച്ചക്ക എന്നൊക്കെ പറയും. ഹോ, അതാണോ ഇതിന്റെ ഉത്തരം കറക്ട്! എല്ലാവരും തമാശ പങ്കുവച്ചു.

3

ഞെട്ടില്ലാ വട്ടയില

കാൽ കഴയ്ക്കുന്നുവെന്നും നടത്തം വേഗമാക്കിയാൽ വേഗമെത്താമെന്നും സംഘാംഗങ്ങൾ പറഞ്ഞു. വഴിവക്കിലാണ് മുത്തശ്ശിയുടെ സഹമുത്തശ്ശിയുടെ വീട്. അവിടെക്കയറി സംഭാരം കഴിക്കാമെന്നായി മുത്തശ്ശി. 'സംഹാരമോ' അതു കടുപ്പമാണെന്ന് ഡോൺ. എടാ ബഡുക്കൂസേ സംഹാരമല്ല സംഭാരം. മോരും വെള്ളം. ഓ അതു നന്നു മുത്തശ്ശീ. മോരും വെള്ളമാകാം അടുക്കളയിൽ പ്രവേശിച്ച മുത്തശ്ശി പറഞ്ഞു ശ്രദ്ധിക്കണം. 'അടുക്കളക്കോവിലിൽ മൂന്നുണ്ട് ദൈവങ്ങൾ.' കേട്ടതും എല്ലാവരും കൈകൂപ്പി. അവിടെ കണ്ടതാവട്ടെ മുത്തശ്ശിയെപ്പോലെ വേറൊരു മുത്തശ്ശിയെ. ആ മുത്തശ്ശി മക്കളെ സ്നേഹത്തോടെ വിളിച്ചിരുത്തി മോരും പഴവും നല്കി. തൊട്ടും തലോടിയും അവരെ ആശ്വസിപ്പിച്ചു. അമ്മു ചോദിച്ചു. മുത്തശ്ശീ ദൈവങ്ങളെ കണ്ടില്ലല്ലോ. ദൈവങ്ങളോ പൂജാമുറിയിലല്ലേ അവരുള്ളത്. മുത്തശ്ശി ചിരിച്ചു. അതല്ലെടീ ഇവരു പറയുന്ന കാര്യം. കൊച്ചുമുത്തശ്ശിക്കും മുത്തശ്ശിയുടെ കടങ്കഥ പ്രേമം അറിയാം. അതുകൊണ്ട് ചേച്ചി കുഞ്ഞുങ്ങളെ വലയ്ക്കരുത് കേട്ടോ. ഞാൻ ഉത്തരം പറഞ്ഞുകൊടുക്കും. ഏറ്റവും ഇളയവളായ സൈനയുടെ കാതിൽ പറഞ്ഞുകൊടുത്തതു കേട്ട പാറു

ഉറക്കെ വിളിച്ചുപറഞ്ഞു. 'അടുപ്പിൻകല്ല്.' ഇത് ചേച്ചി കേട്ടു, പറഞ്ഞതാ മുത്തശ്ശീ. ഉത്തരം എന്റേതാ. എടീ കുറുമ്പികളേ എന്റെ കുഞ്ഞിനെ തോല്പിക്കാമെന്നു കരുതരുത്. അവൾ മിടുക്കിയാ കേട്ടോ. മുത്തശ്ശിയുടെ സാന്ത്വനം കൊച്ചു സജ്നയ്ക്ക് സന്തോഷമേകി.

വീട്ടുപകരണങ്ങളെക്കുറിച്ച് കുട്ടികൾ ചോദിച്ചു തുടങ്ങി. ഇപ്പോൾ മുത്തശ്ശിമാർ വലിയ സന്തോഷത്തിലാണ്. തമ്മിൽ കണ്ടിട്ട് അധികം നാളായി. രണ്ടാളും കെട്ടിപ്പിടിച്ച് സ്നേഹം പകർന്നു. 'ഒരു ഞെട്ടിൽ രണ്ട് പൂക്കൾ' എന്നായി പാറുവിന്റെ കമന്റ്. അത് എല്ലാവർക്കും ഹൃദ്യമായി തോന്നി. മുത്തശ്ശിമാർ കുഞ്ഞുങ്ങളോടായി പറഞ്ഞുതുടങ്ങി.

'ഒരമ്മയെന്നും മഞ്ഞ തേച്ചുകുളിക്കും.' ആർക്കു മനസ്സിലായി, പറയൂ എന്നായി. കുട്ടികൾ പല ഉത്തരങ്ങളും പറഞ്ഞു. ശരിയുത്തരം ഡോണിന്റേതായിരുന്നു. 'അമ്മിയും കുഴവിയും' ഉടൻ അടുത്ത സാധനം പരിചയപ്പെടുത്തി. 'ആയിരം കുഞ്ഞുങ്ങൾക്ക് ഒരരഞ്ഞാണം.' അത് ചൂല് തന്നെയെന്ന് അമ്മുവിനറിയാം. അവൾ കുറച്ചുകൂടി കുട്ടിയായിരിക്കുമ്പോൾ നിരവധി കടങ്കഥ മത്സരങ്ങളിൽ പങ്കെടുത്തിട്ടുള്ളവളാണ്.

ഇടയ്ക്ക് വീട്ടു മുത്തശ്ശി മുങ്ങി. പക്ഷേ, ആ സാന്നിദ്ധ്യം അടുക്കളയിലുണ്ടെന്നു മൂക്കു പറഞ്ഞു. മുത്തശ്ശി എവിടെ എന്ന് ചോദിക്കുംമുമ്പ് അടുത്ത കാര്യത്തെക്കുറിച്ച് സൂചന വന്നു. അവൾ ഇവിടുണ്ട് ശ്രദ്ധിച്ചോളൂ. 'അകത്തറുത്താൽ പുറത്തറിയും' എല്ലാവരും മണം പിടിച്ചു. സജ്ന പറഞ്ഞു നല്ലമണം 'ചക്കപ്പഴം'. വലിയ ഒരു ഉത്തരമാണ് പറഞ്ഞതെന്ന് അവൾക്ക് അറിഞ്ഞുകൂടായിരുന്നു. കിട്ടി ഒരു കൈയടി. ഒപ്പം വാരിപ്പുണർന്നു മുത്തശ്ശി വക സമ്മാനം. ഒരു ചക്കരമുത്തം. അടുക്കളയിൽനിന്നും താമസിയാതെ മറ്റൊരു മണം മൂക്കിലെത്തി. വായിൽ വെള്ളമൂറി. മുത്തശ്ശി ഒരു പാത്രം നിറയെ വെളുവെളുത്ത വട്ടം നിറച്ചുവന്നു. ഡോൺ പറഞ്ഞു ഞെട്ടില്ലാ വട്ടയില്ല. എല്ലാവരും ഓരോ വട്ടയിലകളെടുത്തു. സജ്ന അത്

തലയ്ക്ക് മേലേ ഉയർത്തിപ്പിടിച്ചു. തലയാട്ടി ഇടംവലം തിരിയുന്ന തലയ്ക്കൊപ്പം പപ്പടവും നീങ്ങി. വൈകാതെ തന്നെ മുത്തശ്ശി മടിയിൽ സ്ഥാനം പിടിച്ച അവൾ ഉറക്കത്തിലേക്കു വഴുതി വീണു.

നേരം പ്രഭാതമായി. ഓരോരുത്തരും ഉണർന്നു വരുന്നതേയുള്ളൂ. ഉമിക്കരിയും ഈർക്കിലും തയ്യാറാക്കി മുത്തശ്ശി എത്തി. എല്ലാവർക്കും അത് കൗതുകക്കാഴ്ച. എന്തിനാണിതെന്ന് പലർക്കും മനസ്സിലായില്ല. ശ്രദ്ധിച്ചപ്പോൾ സഹമുത്തശ്ശി, വായിലെന്തോ കരിതേച്ചപോലെ നില്പുണ്ട്. ഈർക്കിൽമുനകൊണ്ട് പല്ലുകൾ ഒന്നൊന്നായി കുത്തി മിനുക്കുന്നു. അവർക്കു മനസ്സിലായി പല്ലു തേക്കാനുള്ള സാധനങ്ങളാണ്. മുത്തശ്ശിയുടെ നിർദ്ദേശം എല്ലാവരും ശ്രദ്ധിച്ചു. ഉപ്പുരസവും എരിവും അനുഭവപ്പെട്ടു തുടങ്ങിയപ്പോൾ സജ്ന പറഞ്ഞു 'കറുത്ത പേഷ്റ്റ് കൊള്ളാം.' എല്ലാവരും ചിരിച്ചു ഈർക്കിൽകൊണ്ട് നാക്ക് വടിക്കാനും പഠിച്ചു.

ചടപടോന്നു റെഡിയാവണം. ഇന്ന് നമ്മൾ ക്ഷേത്രപ്പറമ്പിലേക്കാണ് പോകുന്നത്. വഴിയിലുടനീളം നയനമനോഹരമായ കാഴ്ചകളാണ്. വേഗം വേഗം.

മുത്തശ്ശിയെ പിന്തുടർന്നും അകമ്പടി സേവിച്ചും യാത്ര തുടർന്നു.

പൂത്തുലഞ്ഞ ചെടികൾ. മൂളിപ്പറക്കുന്ന വണ്ടുകൾ. തണുത്ത ഇളംകാറ്റ്. കാക്ക ഉൾപ്പെടെ നിരവധി പക്ഷികളുടെ കലപില. യാത്ര ആരംഭിക്കുമ്പോൾ തന്നെ മുത്തശ്ശി ചോദ്യവും ഉത്തരവുമായി നിറഞ്ഞു. ദേ കണ്ടോ 'അച്ചെടിക്കൊമ്പത്തൊരുകുടം ചോര.' അയ്യോ എനിക്ക് ചോര പേടിയാണ്. മുത്തശ്ശീ ഞാനില്ല. എന്നെ വീട്ടിലാക്ക്. അമ്മുവിന്റേതായിരുന്നു പേടികലർന്ന വാക്കുകൾ. പാറുവിന് ഉത്തരം കിട്ടി അവൾ പറഞ്ഞു 'റോസാപ്പൂവ്.'

'ചെമ്പരത്തിപ്പൂവ്' ഡോണിന്റെ കണ്ടെത്തലാണ് ശരി. അടുത്ത കടങ്കഥകൾ എല്ലാവരേയും അത്ഭുതപ്പെടുത്തി. അതി

ങ്ങനെ. 'ആഹൂ ഊഹൂ മരം കിളിക്കിരിക്കാൻ കൊമ്പില്ലാമരം'. പല മരങ്ങളെക്കുറിച്ചും വന്നു ഉത്തരം. പുളി, പ്ലാവ്, തെങ്ങ്. പരിസരത്തു കണ്ട എല്ലാ മരങ്ങളും അവർ പറഞ്ഞു. മുത്തശ്ശി ചിരിച്ചുനിന്നു. ഒടുവിൽ കൈചൂണ്ടി ക്ഷേത്രപരിസരത്തുനിന്നും പുകച്ചുയരുന്നു. അതാണുത്തരം. 'പുക' എല്ലാവരും അത്ഭുതപ്പെട്ടു. ശാഖയും ഉപശാഖയുമായി പടർന്നുയരുന്ന പുക ഒരു മരം പോലെ തോന്നിച്ചു.

4

ആഹൂ ഊഹൂ മരം...

ക്ഷേത്രത്തെക്കുറിച്ചോർത്ത അമ്മു ഒരു കടങ്കഥ ഓർത്തു. ദൂരെ നിന്നപ്പോൾത്തന്നെ ഒരു വലിയ മരത്തിന്റെ ഇലകൾ മന്ദ മന്ദമിളകുന്നതവൾ കണ്ടു. കടങ്കഥകൾ ഒത്തിരി അറിയാവുന്ന വളാണവളെന്ന് കൂട്ടുകാർക്കറിയാമായിരുന്നു. 'ഒരമ്മയുടെ മക്ക ളെല്ലാം വിറച്ചുവിറച്ച്'. 'തുല്ല് നീ പറ' എന്നായി ഡോൺ.

പുതിയ ഒരുത്തരമാണല്ലേ എന്ന് പാറു ചോദിച്ചു. മുത്തശ്ശീ 'തുല്ല്' എന്നൊരു കുട്ടിയുണ്ടോ? മോളേ 'തുല്ല്' എന്ന് പറ ഞ്ഞാൽ കടങ്കഥ ചോദിക്കുന്ന ആൾക്ക് കളിയിൽ പിഴ വരു മ്പോൾ പറയുന്ന വാക്ക്. 'സുല്ല്' എന്നു പറയും.

ശരിയായ ഉത്തരം കേൾവിക്കാരിൽനിന്ന് കിട്ടാതെ വരു മ്പോൾ പ്രായശ്ചിത്തമായി ചോദിക്കുന്നതാണ് തുല്ലിട്ടോ എന്ന്. തോല്‌വി സമ്മതിക്കുന്നതിന് തുല്യമാണ് 'തുല്ലിടൽ'. അങ്ങനെ എല്ലാവരും തുല്ലിട്ടു. ഇപ്പോഴവർ നടന്നു നടന്നു ക്ഷേത്രവള പ്പിലെ ആൽമരച്ചുവടെത്തി. ഉത്തരം മുത്തശ്ശിക്കുമറിയില്ല എന്നു കേട്ടപ്പോൾ അമ്മുവും തെല്ലൊന്ന് അഭിമാനം കൊണ്ടു. ഉത്തരം അമ്മു പറയട്ടെ എന്നായി എല്ലാവരും.

അവൾ പറഞ്ഞു എല്ലാവരും മേലോട്ട് നോക്കിയേ. ഇല കൾ വിറയ്ക്കുന്നതു കണ്ടോ. ഇതാണ് ആലില. എപ്പോഴും വിറയ്ക്കും! എല്ലാവരും ഇളിഭ്യരായി. ആൽമരത്തെക്കണ്ട്

അസ്ഥാളിച്ചു. ഒരു വൻമരമായി അത് പടർന്നു പന്തലിച്ച് കുട പിടിച്ചു നിന്നു.

മണിയൊച്ചയും വെടിയൊച്ചയും ശംഖ്നാദവുമൊക്കെയായി പരിസരം ശബ്ദായമാനമായി. ഭക്തജനങ്ങളും കുറവല്ല. പല ശബ്ദങ്ങൾ കേട്ടെങ്കിലും വലിയ ഒച്ച ഒന്നിനുമില്ല. ഇടയ്ക്ക് ഉച്ചഭാഷിണി തെല്ല് ശബ്ദം ഉയർത്തിയതൊഴിച്ച്. കൂട്ടത്തിൽ പൊക്കം കുറഞ്ഞവനും വീട്ടിൽ നിർബ്ബന്ധക്കാരനും കാര്യം കാണാൻ കരയുന്നവനുമാണ് ഡോൺ. അവനെ ഒന്നു കളിയാക്കിത്തന്നെ മുത്തശ്ശി അടുത്ത കടങ്കഥയിലേക്ക് ചെന്നെത്തി.

'ആളൊരു കൂരൻ നിലവിളി അപാരം'. 'ഡോൺ', 'ഡോൺ', 'ഡോൺ' എല്ലാവരും ഒരേ സ്വരത്തിൽ പറഞ്ഞു. അവനു കലി കേറി. മുത്തശ്ശി സമാധാനിപ്പിച്ചു. ഉടൻ ഉത്തരം മുത്തശ്ശി പറഞ്ഞു. 'ശംഖ്' ശരിയുത്തരം. 'ചത്താലേ മിണ്ടുള്ളൂ ചങ്കുച്ചാര്' എന്നും ശംഖിനെപ്പറ്റി ഒരു കടങ്കഥയുണ്ടെന്ന് പാറു ഓർത്തു. ആരും ആരെയും കളിയാക്കേണ്ട. മുത്തശ്ശി വീണ്ടും ഓർമ്മിപ്പിച്ചു.

മരച്ചുവട്ടിലിരുന്ന് മുത്തശ്ശി ഒരു കഥ പറഞ്ഞു. എല്ലാവരും രസിച്ചു. എന്നിട്ട് താളത്തിലൊരു കടങ്കഥ അവതരിപ്പിച്ചു.

'ഓടും കാലില്ല, പറക്കും ചിറകില്ല.'

കരയും കണ്ണില്ല, അലറും വായില്ല.' വീണ്ടും ചിലർ ഡോണിനെ നോട്ടമിട്ടു. മുത്തശ്ശി കർശനമായി വിലക്കി. 'കടങ്കഥയിൽ കളിയാക്കലില്ല. കളിയുണ്ട്. കാര്യവുമുണ്ട്.'

ഉത്തരം പാറുവിനറിയാമായിരുന്നു. ഉടൻ വന്നു 'മേഘം'. ഈ നേരമെല്ലാം സജ്ന കാഴ്ചകൾ കണ്ടു രസിക്കുകയായിരുന്നു. ഉറുമ്പും വണ്ടും പുഴുവും കാടും മേടും എല്ലാമവൾക്കു കൂട്ടുകാരായി. തുമ്പികളും പറവകളും അവളോട് സംസാരിച്ചു. പരിസരത്തെ ജീവികളിലായി മുത്തശ്ശിയുടെ ശ്രദ്ധ. എന്തു പറയാൻ, 'ഒരമ്മയുടെ മക്കളെല്ലാം ചെമ്പൻ പട്ടാളം' എന്നായിരുന്നു കണ്ടെത്തൽ. ഉത്തരം പറയാൻ ഓരോരുത്തരും ശ്രമിച്ചു. അമ്മുവിന്റെ ക്ലാസിലെ ചെമ്പനെന്ന് പേരുള്ള കൂട്ടുകാരനെയും പട്ടാളക്കാരനായ അച്ഛനേയുമോർത്തെങ്കിലും അവന്റെ പേര് പറഞ്ഞില്ല. പറയണമെന്ന് മനസ്സ് പലവുരു പറഞ്ഞെ

ങ്കിലും ഇവിടെ മുത്തശ്ശി തന്നെ ഉത്തരം പറയേണ്ടിവന്നു. മരത്തിലേക്ക് കയറിയിറങ്ങുന്ന ഉറുമ്പുകളെ കാണിച്ചുകൊടുത്തു. ഇളംവെയിലിൽ അവ മുത്തുപോലെ മിനുങ്ങി. 'പുളിയുറുമ്പ്' എന്ന് എല്ലാവരും പറഞ്ഞു. മുത്തശ്ശി അവരെ അനുമോദിക്കാൻ മറന്നില്ല.

ചില ജീവികൾ പുറത്തു കയറിയും പറന്നു പറ്റിയും ശല്യപ്പെടുത്തി. ആൽച്ചുവട്ടിൽ ഇരിക്കുന്നത് പലർക്കും മടുപ്പായി. അപ്പോഴാണ് മറ്റൊരാളുടെ വരവ്. ആ വരവ് തന്നെ രസകരമാണ്.

'കണ്ണിൽപ്പിടിക്കാത്ത കളവാണിപ്പെണ്ണിന്

കർണ്ണാടക സംഗീതോം കുത്തി വപ്പും' എന്ന് മുത്തശ്ശി താളമിട്ടു പാടി. അമ്മുവിന് ഈയിടെ പനി വന്നതും അച്ഛനോടൊപ്പം ആശുപത്രിയിൽ പോയപ്പോൾ മൂളിപ്പാട്ടുമായി ഒരു നഴ്സ് വന്ന് കുത്തിവച്ചതും ഓർമ്മ വന്നു. അവൾ എന്തോ ഓർത്ത് പരിസരം മറന്ന് വിളിച്ചു പറഞ്ഞു. 'നഴ്സമ്മ നഴ്സമ്മ'. വലിയ ചിരിയും കൂക്കുവിളിയുമായി ഫലം. കൂടി നിന്നവരും ഇത് ശ്രദ്ധിച്ചു. അവൾക്ക് കൂസലൊന്നുമില്ല. മുത്തശ്ശി ഇടപെട്ടു.

അമ്മുവിനെക്കണ്ട് പഠിക്കണം. ഒരു തെറ്റു പറഞ്ഞു. അവൾക്കമളി പറ്റിയതായി മനസ്സിലാക്കി, മിടുക്കി, ഉത്തരം കേട്ടോളൂ. 'കൊതുക്'. എല്ലാവരും ആ കടങ്കഥ ആസ്വദിച്ചു. ആ പാട്ടും കുത്തിവയ്പും രൂപഭാവങ്ങളും കണ്ടും കേട്ടും അനുഭവിച്ചും അറിയാത്തവർ ആരുമുണ്ടായിരുന്നില്ല. പരിസരത്തു നിന്നു തന്നെ ഒന്നുമോരോന്നും കൊതുകുകൾ മൂളിപ്പറന്നുകൊണ്ടിരുന്നത് എല്ലാവരുടേയും ശ്രദ്ധയിൽപ്പെട്ടു. കാതിൽ കേട്ടു എന്നു തന്നെ പറയാം.

മുത്തശ്ശിയെ കണ്ടുംകേട്ടും നടക്കാൻ തുടങ്ങിയിട്ട് കാലമേറെയായതല്ലേ. കൊച്ചുമക്കൾ അവരെ അനുകരിക്കാൻ തുടങ്ങി. സ്വന്തമായി കടങ്കഥകൾ ഉണ്ടാക്കാൻ ശ്രമിച്ചു. കിട്ടുന്ന സാധനങ്ങളുടെ പേരിലുള്ള കടങ്കഥകൾ ഓർത്തെടുത്തു.

പാർവ്വതി നേരത്തെ മരച്ചുവട്ടിലിരിക്കുമ്പോൾ തെല്ലകലത്തെ മരച്ചുവട്ടിൽനിന്നും കിട്ടിയ ഒരു സാധനം അവളും ഭദ്രമായി സൂക്ഷിച്ചിരുന്നു. കൂട്ടത്തിൽ ചോദിച്ചു. എന്റെ കൈക്കുമ്പിളിൽ ഒരു വസ്തുവുണ്ട്. അതിസുന്ദരം. തെളിച്ചുപറഞ്ഞാൽ 'കാക്കറുപ്പും മുക്കച്ചോപ്പും' മുത്തശ്ശിക്ക് ആ കടങ്കഥ നന്നേ ഇഷ്ടപ്പെട്ടു. ഇപ്പോൾ മരച്ചുവട്ടിൽനിന്നു പെറുക്കി പോക്കറ്റിലാക്കിയ ഒരു വസ്തു എടുത്തു സൈന വെറുതേ ഉയർത്തിക്കാട്ടി. മുത്തശ്ശി ഇതു കണ്ടു. മിടുക്കി ഇതാണത് 'കുന്നിക്കുരു' എല്ലാവരും അനുമോദിക്കുമ്പോൾ കൊച്ചു സൈനയ്ക്ക് കാര്യം മനസ്സിലായില്ല. അവൾ കുന്നിക്കുരു എന്തെന്നറിയുന്നത് ഇപ്പോഴാണ്. മുത്തശ്ശി അപ്പോഴൊരു കാര്യം കൂടിപ്പറഞ്ഞു. ഒരേ വസ്തുവിനെക്കുറിച്ച് അനേകം ചോദ്യങ്ങൾ കടങ്കഥയിൽ കടന്നുവരും. ഉത്തരം ഒന്നായിരിക്കും. അതു മനസ്സിലാക്കണം. നേരത്തേ കാട്ടിലൊരമ്മ കണ്ണെഴുതി' എന്ന ചോദ്യം വന്ന കാര്യവും ഉത്തരം കുന്നിമണിയായിരുന്നുവെന്ന വസ്തുതയും ഉദാഹരണമായി മുത്തശ്ശി പറഞ്ഞുവച്ചു!

5

കാക്കറുപ്പും മുക്കാച്ചോപ്പും

കുളക്കടവിലേക്കായിരുന്നു അടുത്ത യാത്ര. ഈർപ്പമുള്ള മണ്ണ്. തണുപ്പുള്ള കാറ്റ്. ഇരുവശവും പുൽത്തകിടി. നന്നേ പരിപാലിച്ച ചെടികൾ. ഇടയ്ക്കൊക്കെ പല ജീവികൾ ഇഴഞ്ഞും പറന്നും! പുല്ലിനിടയിൽ ചെടിച്ചോട്ടിലായി ഒരുത്തൻ ഇഴഞ്ഞ് മേലോട്ടു കയറാൻ ശ്രമിക്കുന്നു. പാറു ഒരു പാട്ടിന്റെ ഈണത്തിൽ തട്ടിമൂളി.

"കൊമ്പൻകാള ഇഴഞ്ഞു വരുന്നു
കെട്ടാൻ ചെന്നപ്പോൾ കൊമ്പില്ല"

പാറു മിടുക്കിയാണെന്ന് നേരത്തെ പറഞ്ഞ മുത്തശ്ശി ഒന്നുകൂടി അതു ശരിവച്ചു. ആർക്കും അസൂയ തോന്നിയില്ല. കൂട്ടത്തിലെല്ലാവരും ബഹുമുഖ പ്രതിഭകളും അതീവ സമർത്ഥരുമായിരുന്നു. കുഞ്ഞു സൈനപോലും! അട്ടയെ വെറുപ്പാണ് ഡോണിനെങ്കിലും അവൻ ഉത്തരം അതുതന്നെ പറഞ്ഞു. 'അട്ട' അല്ലെന്നായി പാറു. മുത്തശ്ശിക്ക് ആ ഈണം നന്നേ ഇഷ്ടപ്പെട്ടു. ആവർത്തിച്ചു ചൊല്ലിക്കൊണ്ടേയിരുന്നു.

അട്ട, പുഴു, തേൾ ഒക്കെ ഉത്തരമായി വന്നെങ്കിലും 'ഒച്ച്' എന്ന ഉത്തരം ആരും പറഞ്ഞില്ല. ഉത്തരം പറഞ്ഞു കഴിഞ്ഞപ്പോഴാണ് ഇതിനിടെത്തന്നെ എല്ലാവരും ഒച്ചിനെക്കണ്ടതോർമ്മിച്ചത്. മുത്തശ്ശി മറവിയെക്കുറിച്ചും ഓർമ്മ നിലനിർത്തേ

ണ്ടതിനെക്കുറിച്ചും ലഘുവായി ഓർമ്മിപ്പിച്ച് നടത്തം തുടർന്നു.

കടങ്കഥ ഒരു ഹരമായി മാറിയ സംഘം കണ്ടതും കേട്ടതുമെല്ലാം കടങ്കഥകളാക്കാൻ തുടങ്ങി. ഡോൺ വീണ്ടും ശാന്തനായി സൗമ്യമായ ചില കണ്ടെത്തലുകളിൽ മുഴുകി. സൂക്ഷ്മനിരീക്ഷണത്തിലൂടെ അവൻ ഒരു കടങ്കഥ ഓർത്തെടുത്തു. അതിങ്ങനെ, 'കാലാറ്, കണ്ണ് രണ്ട് നേരേ നടക്കില്ല' നിങ്ങളെപ്പോലെ എന്നു മുത്തശ്ശിയുടെ കൂട്ടിച്ചേർക്കലും വന്നു. ഉത്തരം തേടി മനോരാജ്യത്തിലാണ്ടു കൂട്ടുകാർ. ഇക്കുറി മുത്തശ്ശി ഉത്തരം പറഞ്ഞില്ല. ചോദ്യം മാത്രം ഓർത്തിരുന്ന ഡോണും തെല്ലിട ഉത്തരം മറന്നു പോയി. ഒടുവിൽ അവൻ തന്നെ അത് കണ്ടെത്തി. 'ഞണ്ട്' അതു ശരിയാണ്. പാടവരമ്പിൽ പലപ്പോഴും ഞണ്ടിന്റെ നടത്തം കണ്ടിട്ടുണ്ട്. പാറുവും അമ്മുവും ഡോണിനെ പ്രോത്സാഹിപ്പിച്ചു.

6

ഒരു മരത്തിൽ രണ്ടു പഴം

അമ്പലക്കുളം അതിവിശാലമായിരുന്നു. പഞ്ചായത്തു ചിറപോലെ ആരും മാലിന്യം നിക്ഷേപിച്ചു കണ്ടില്ല. നന്നേ തെളിഞ്ഞ വെള്ളം. ആഴമുള്ള വലിയ ജലസംഭരണി. എല്ലാവർക്കും കാഴ്ചകൾ ഒന്നിനൊന്നു മെച്ചമായിത്തോന്നി. കുളം കാണാനെത്തിയ ഭക്തജനങ്ങൾ കൈയിൽ കരുതിയ ധാന്യമണികൾ കുളത്തിലേക്കു വിതറി. കൂട്ടംകൂട്ടമായി മത്സ്യങ്ങൾ ഓളമിളക്കി പാഞ്ഞു വന്ന് അവ കൊത്തി വിഴുങ്ങി. ചിറയിൽ ഒരു വിസ്മയ കാഴ്ച. ഇളകിയും കുണുങ്ങിയും അവ ഓളമിളക്കി. ചിലത് ഉയരത്തിൽച്ചാടി. മുത്തശ്ശി പറഞ്ഞു. 'ഒരമ്മ പെറ്റ മക്കളെല്ലാം നീന്തിനീന്തി.'

അടുത്തുനിന്ന സൈന ചോദിച്ചു മുത്തശ്ശി എന്താ പറഞ്ഞത്. മീനിനെക്കുറിച്ചുള്ള കടങ്കഥ ഓർക്കുകയായിരുന്നു.

"ഒരമ്മ പെറ്റ മക്കളെല്ലാം നീന്തി നീന്തി."

ഓ, മുത്തശ്ശീ അതാ എല്ലാവരും നീന്തുന്നുണ്ട്. അമ്മുച്ചേച്ചീ, പാറുച്ചേച്ചീ, നോക്ക് മീൻ മീൻ അവൾ കൈയടിച്ചു രസിച്ചു.

അമ്പലക്കുളത്തിനു പരിസരത്ത് കണ്ട കാഴ്ചകളിൽ വീണ്ടും കണ്ണുടക്കി മുത്തശ്ശിയുടെ കടങ്കഥ ചെപ്പു തുറന്നു. രസകരമായ ഒരു കാഴ്ചയാണ് മുത്തശ്ശി കണ്ടത്. തികഞ്ഞ കൗതുകത്തോടെ കൊച്ചുമക്കൾക്കതു കാട്ടിക്കൊടുക്കാനുള്ള ഉപായം കടങ്കഥ തന്നെയായിരുന്നു. ഉടൻ വന്നു അടുത്ത രസികനൊരു കടങ്കഥ.

'കുത്തിയാൽ മുളയ്ക്കില്ല വേലിമേൽ പടരും.' നാൽവർ സംഘം പല ചെടികളെക്കുറിച്ചും പറഞ്ഞു. മൂടില്ലാത്താളി, പയർചെടി, സീതത്താലി ഇങ്ങനെ പലരും പലതും പറഞ്ഞു. മുത്തശ്ശി ചിരിച്ചിരുന്നതേയുള്ളൂ. ഇക്കുറി ക്ഷേത്രപരിസരത്തെത്തിയ മറ്റു കുഞ്ഞുങ്ങളും ഒപ്പം കൂടി. മുത്തശ്ശി അവരോടു കുശലം പറഞ്ഞു. വളരെപ്പെട്ടെന്നു അവരുടെ കൂട്ടുകാരിയായി. അതിലൊരു മിടുക്കനോട് ചോദ്യരൂപത്തിലുള്ള കടങ്കഥ ചോദിച്ചു.

'കുത്തിയാൽ മുളയ്ക്കില്ല

വേലിമേൽ പടരും' ഉടൻ വന്നു മറുപടി. ചിതൽപ്പുറ്റ്. എല്ലാവരും ഇളിഭ്യരായി. ഇരിക്കുന്നിടത്തു തന്നെ ഒരു ചെടി. ഏകദേശം മുകൾഭാഗം വരെ ചിതൽ മൂടിയ കാഴ്ചയാണവർ കണ്ടത്. 'മിടുമിടുക്കൻ, ഒപ്പം കൂടുന്നോ' ആവാമെന്ന രീതിയിൽ അവൻ തലയാട്ടി. ശരി ഇനി ഒരു കടങ്കഥ നീ തന്നെ പറ കുറുമ്പാ എന്നായി മുത്തശ്ശി. പുതിയ കൂട്ടുകാരനെ സൈന ഒളിഞ്ഞുനോക്കി. അവളുടെ ചേട്ടനെപ്പോലെതന്നെ. കുറച്ചുകൂടി മുത്തശ്ശിയെ ചേർന്നിരുന്നു. കീഴ്ത്താടി പിടിച്ചു കുനിച്ചു ചെവിയിലെന്തോ രഹസ്യം പറഞ്ഞു. മുത്തശ്ശിയുടെ നിർബ്ബന്ധത്തിനു വഴങ്ങി അവൻ ഒരു കടങ്കഥ ചോദിച്ചു.

'ഓടിച്ചെന്നൊരു കുണ്ടിൽച്ചാടി

വെള്ളം കുടിച്ചു വയറു വീർത്തപ്പോൾ വലിച്ചു കയറ്റി.' ഒന്നുകൂടി പറ ഒന്നുകൂടി പറ എന്ന് പാറുവും അമ്മുവും ഡോണും ആവശ്യപ്പെട്ടു. അവൻ കടങ്കഥ ആവർത്തിച്ചു. പാറു തന്റെ പട്ടിക്കുട്ടി ചെളിക്കുളത്തിൽ വീണതും വെള്ളം കുടിച്ചതും അച്ഛൻ കരകയറ്റിയതുമൊക്കെ ഓർത്തെങ്കിലും അതു പറഞ്ഞില്ല. അമ്മുവും പല സംശയങ്ങളിലായി. ഡോണാകട്ടെ ഒരു കാച്ചുകാച്ചി. കിണറ്റിൽനിന്നും വെള്ളം കോരുന്നത്. ഉത്തരം വളരെ ശരിയെന്നു കേട്ട മാത്രയിൽത്തന്നെ ചോദ്യകർത്താവ് സ്ഥലം വിട്ടു. തന്റെ കുട്ടികൾ തോറ്റില്ലല്ലോ എന്നോർത്താവാം മുത്തശ്ശി കൈയടിച്ച് ചിരിച്ചു. മടിക്കുത്തിൽനിന്നു ഒരു ചാമ്പയ്ക്കായെടുത്ത് ആ മിടുക്കന് സമ്മാനിക്കാൻ മുത്തശ്ശി മറന്നിരുന്നില്ല.

ക്ഷേത്രക്കാവിലെ ആഞ്ഞിലി മരവും ആൽമരവും നിറയെ കായ്കനികളായിരുന്നു. കുയിൽപ്പാട്ടു സദാ മുഴങ്ങി. ആഞ്ഞിലിയുടെ ഉയർന്ന കൊമ്പിൽ ചില പതിവു സന്ദർശകരും താമസക്കാരുമുണ്ട്. ചിലർ തലകീഴായി കിടപ്പുണ്ട്. കലപിലകളാൽ മുഖരിതം. അവിടുത്തെ അന്തരീക്ഷം മുത്തശ്ശിയെ ആത്മീയ ചിന്തകളിലേക്കു നയിച്ചു. ചില കീർത്തന ശ്ലോകങ്ങൾ ശ്രുതി മധുരമായി ആലപിച്ചു. കുട്ടികൾ അതു കേട്ടിരുന്നു. കൂട്ടത്തിൽ ഒരു കടങ്കഥയ്ക്ക് അവസരം വന്നു. മുത്തശ്ശി ഇങ്ങനെയാണത് അവതരിപ്പിച്ചത്. 'ഒരു മരത്തിൽ രണ്ടു പഴം'

ഒന്നിനു മധുരം ഒന്നിനു കയ്പ്'

ഇക്കുറി ആരും ഒന്നും പറയാൻ ശ്രമിച്ചില്ല. ആലോചിച്ചു നോക്കൂ. പാറേ നീയെന്തേ മിണ്ടാത്തേ. അമ്മുവിന് വിശപ്പ് വന്നോ അനക്കമില്ലല്ലോ. സൈന ആൽമരച്ചുവട്ടിൽ വട്ടമിട്ടോടി. ഇടയ്ക്ക് വഴുതിവീണത് ആരും കാണാത്തതിനാൽ ഓട്ടം തുടർന്നുകൊണ്ടിരുന്നു. ക്ഷേത്രത്തിലെത്തിയ പലരോടും അവൾ കുശലം ചോദിച്ചു. തിരികെയെത്തുമ്പോൾ നെറ്റിയിൽ ചന്ദനം കാണായി. ഭക്തരാരോ ചാർത്തിക്കൊടുത്ത ചന്ദനക്കുറിയിൽ അവൾ അതിസുന്ദരിയായിത്തിളങ്ങി.

ഉത്തരം പറയാൻ പലരും മടിച്ചു. മുത്തശ്ശി തന്നെ ഉത്തരം പറഞ്ഞു. 'സുഖവും ദുഃഖവും' ജീവിതത്തെക്കുറിച്ചും കൂടെ

യുള്ള സുഖദുഃഖങ്ങളെക്കുറിച്ചും ചെറിയ ഒരു വിവരണം മുത്തശ്ശി അവർക്കു നല്കി!

അമ്മു ഇതിനകം ക്ഷേത്രത്തിലേക്ക് പ്രവേശിച്ചിരുന്നു. അകത്തു നിന്നും പൂജയ്ക്കായി കൊണ്ടുവന്ന നിവേദ്യം മുത്തശ്ശിമാരാരോ അവൾക്കു നല്കി. അതുമായി ഓടിവന്ന് മുത്തശ്ശിയോടനുവാദം ചോദിച്ചു. 'കഴിച്ചോളൂ എല്ലാവരും കഴിച്ചോളൂ പ്രസാദം എല്ലാവർക്കുമുള്ളതാണ്.' അവർ അവിലും മലരും ശർക്കരയും പഴവും കൽക്കണ്ടവും ചേർന്ന ഒരു കൂട്ട് സന്തോഷത്തോടെ കഴിച്ചു. അതിൽക്കണ്ട ചില വസ്തുക്കൾ കടങ്കഥയുടെ മേമ്പൊടി കലർന്നവയാണെന്ന് മുത്തശ്ശിക്കറിയാമായിരുന്നു. കഴിച്ചുകഴിഞ്ഞപ്പോൾ ഒരു കടങ്കഥയായി അത് പുറത്തുവന്നു.

7

തലകീഴായി ജീവിതം...

വീഴുന്നേരം പൊൻമുത്ത്, വീണു കഴിഞ്ഞാൽ വെൺമുത്ത്' സൈന വീണത് മുത്തശ്ശി കണ്ടോ എന്നായി അവളുടെ സംശയം! അവൾ വായ് കൈ കൊണ്ട് പൊത്തി. ചിരിയടക്കാൻ ശ്രമിച്ചു. അമ്മു ആശയങ്ങൾ സ്വരൂപിച്ച് ഒരു കാച്ചു കാച്ചി. 'നക്ഷത്രങ്ങൾ' പാറുവിനത് ഊർജ്ജം നല്കി. അവൾ സൂര്യൻ അസ്തമിക്കുന്നതെന്നു പറഞ്ഞു. രണ്ടുമല്ലെങ്കിലും മുത്തശ്ശി അവരെ പ്രോത്സാഹിപ്പിച്ചുകൊണ്ടേയിരുന്നു. ഒടുവിൽ മുത്തശ്ശി തന്നെ ഉത്തരം പറഞ്ഞു.

'മലര് പൊരിക്കുന്നത്' പ്രസാദത്തിലെ മലരിനെക്കുറിച്ച് നെല്ലിൽ നിന്നും അതു ചൂടു ചട്ടിയിലൂടെ പൊട്ടി വിടരുന്നതുമെല്ലാം ഭാവനയിൽക്കണ്ടു.

'ഭാവനയുടെയും യുക്തിയുടെയും വികാസത്തിന് ഏറ്റവും ഉത്തമമാണ് കടങ്കഥ'യെന്ന മുത്തശ്ശിയുടെ അഭിപ്രായം എല്ലാവരും ശരിവച്ചു.

സമയം ഉച്ചയോടടുക്കുകയാണ്. എല്ലാവർക്കും വിശപ്പ് വന്നു തുടങ്ങി. മടക്കയാത്ര തുടർന്നു. കടങ്കഥപ്പാട്ടുകളും നാടൻചൊല്ലുകളുമായി സമയം പോയതറിഞ്ഞില്ല. നീന്തിയും തുടിച്ചും പോകുന്ന ജീവികളെക്കുറിച്ചും തലകീഴായി തൂങ്ങുന്നവയെക്കുറിച്ചുമെല്ലാം മുത്തശ്ശി ചോദിച്ചും പറഞ്ഞും വിശ

ദീകരിച്ചു. ആഞ്ഞിലിക്കൊമ്പത്തെ കാഴ്ച എല്ലാവരിലും അതിശയം ജനിപ്പിച്ചു. ഒരു കടങ്കഥ കൂടിയാവാമെന്ന് മനസ്സിലുറപ്പിച്ച മുത്തശ്ശി അത് തന്നെ ചെയ്തു. 'ഉടൽപക്ഷി തല ചെന്നായ് തല കീഴായി ജീവിതം' കണ്ട കാഴ്ചയിലെ വിസ്മയം മാറുംമുമ്പ് വന്ന ചോദ്യം അവരെ സന്തോഷിപ്പിച്ചു. ഒരേ സ്വരത്തിൽ മറുപടി കിട്ടി. 'വവ്വാൽ' കുട്ടികൾ മിടുക്കരായി. ശ്രദ്ധ വളരെ കൂടുന്നുണ്ട്. യുക്തിപൂർവ്വം പ്രശ്നങ്ങളെ സമീപിക്കുന്നു. ഉരുളയ്ക്കുപ്പേരിപോലെ കടങ്കഥക്കുരുക്കഴിക്കുന്ന ഉത്തരം ശരി. എന്താണു മുത്തശ്ശീ ഇക്കുറി സമ്മാനം? എല്ലാവർക്കും പൊരികടല കൊടുത്തു. അതു കൊറിച്ചുകൊണ്ടായി യാത്ര.

വീടെത്തിയുടൻ ഉച്ച ഊണിനായി എല്ലാവരും കൈകാൽ കഴുകിയിരുന്നു. മേശമേൽ വിഭവങ്ങൾ നിരന്നു. ഓരോന്നിന്റെയും മേന്മയെക്കുറിച്ച് മുത്തശ്ശി വിശദീകരിച്ചു. ഏറെ കടങ്കഥ പ്രതീക്ഷിച്ച കുഞ്ഞുമക്കളെ നിരാശരാക്കിയില്ല. വന്നു ഒരു പുത്തൻ വിഭവം.

'കുളിച്ചുവന്നപ്പോൾ മേലാകെച്ചൊറി.' എല്ലാവർക്കും ആശങ്കയായി. പലപ്പോഴും ദേഹം ചൊറിയേണ്ടി വന്നവർ ആലോ

ചിച്ചു. എന്താവാം ഉത്തരം? മേശമേൽത്തന്നെ ഉണ്ടെന്നും തല പുണ്ണാക്കേണ്ടതില്ലെന്നും മുത്തശ്ശി പറഞ്ഞപ്പോൾ ഓരോന്നിലും കണ്ണും മനസ്സും ഓടിയെത്തി. ഡോൺ ഉത്തരം വച്ചുകാച്ചി. 'കാച്ചിയ പപ്പടം.' എടാ തീറ്റിക്കൊതിയാ നീ കണ്ടുപിടിച്ചു ഉത്തരം. നിനക്ക് രണ്ട് പപ്പടം സമ്മാനം! പിന്നീട് പപ്പടം പൊടിയുന്ന ശബ്ദമായിരുന്നു കുറേ നേരം. കുറച്ച് നെയ്യ്കൂടി ചേർത്തു കുഴച്ചോളൂ എന്നായി സഹമുത്തശ്ശി. ഉച്ചയൂണ് കേമം. എല്ലാവർക്കും സന്തോഷം! കൂട്ടത്തിൽ ഡോൺ തന്നെയാണ് ചോദിച്ചത്. അതല്ലേ മുത്തശ്ശി 'ഞെട്ടില്ലാ വട്ടയില.' ചെറിയ വ്യത്യാസമുണ്ട്. അത് വെറും പപ്പടം. ഇത് കാച്ചിയ പപ്പടം. കടങ്കഥകൾ ശ്രദ്ധിച്ച് കേട്ട് മനസ്സിലാക്കണം. ഉത്തരങ്ങളുടെയും ചോദ്യങ്ങളുടെയും സാമ്യവ്യത്യാസങ്ങൾ മനസ്സിലാക്കണം. ഒന്നിച്ചു വന്നു മറുപടി 'ശരി മുത്തശ്ശീ അങ്ങനെ ആയിക്കൊള്ളാം.

8

ഹാ ഹൂ, കാടപ്പാ!

ഊണു കഴിഞ്ഞു എല്ലാവരും ഉഷാറായി. വീട്ടു പറമ്പിലും മുറ്റത്തും വിശാലമായ അങ്കണത്തിലും വരാന്തയിലുമായി കൂട്ടുകാർ ഓടിത്തിമിർത്തു. ഒളിച്ചുകളിയും കണ്ണാംപൊത്തിക്കളിയും കള്ളനും പൊലീസും എന്നുവേണ്ട വിവിധതരം കളികളിൽ അവർ ഏർപ്പെട്ടു. ഇടയ്ക്ക് കടങ്കഥ പറഞ്ഞു രസിക്കാനും അവർ മറന്നില്ല.

മുത്തശ്ശിമാർ കുശലം പറഞ്ഞിരുന്നു. പഴയതും പുതിയതുമായ പല വിവരങ്ങൾ അവർ പങ്കുവച്ചു. ഇരുവരും ഒരേ സ്വരത്തിൽ പറഞ്ഞു 'മിടുക്കുള്ള കുഞ്ഞുങ്ങൾ. നല്ല ചങ്ങാത്തം കണ്ടുപഠിക്കണം.'

ആരും വിളിച്ചില്ലെങ്കിലും എല്ലാവരും ഒരേ സമയം ഓടിയെത്തി മുത്തശ്ശിക്കു ചുറ്റും കൂടി. മുത്തശ്ശി ചോദിച്ചു. സ്കൂൾ തുറക്കാൻ ഇനി എത്ര ദിവസമാണ്? ഒരാഴ്ചയിൽ കൂടുതൽ ശരി നമുക്കിനിയും ധാരാളം സമയമുണ്ട്. ഇനി അവരവരുടെ വീട്ടിൽ പൊയ്ക്കോളൂ. 'ഇല്ല ഞങ്ങൾ പോണില്ല. മുത്തശ്ശിക്കൊപ്പം കൂടുന്നതേയുള്ളൂ.' ഹയ്യോ വീട്ടിൽ തിരക്കും. സമയം വൈകിപ്പോകും. പാറുവും അമ്മുവും സൈനയെ വീട്ടിൽ ആക്കിയിട്ടു പോണം. ഡോണിന്റെ കാര്യവും നിങ്ങൾക്കുതന്നെ. ഞാൻ വന്നുകൊള്ളാം. വഴിയിൽനിന്നു നോക്കിക്കോളാം. എല്ലാവരും പൊയ്ക്കോളൂ. മനസ്സില്ലാ മന

സ്സോടെ എല്ലാവരും പോയി. മുത്തശ്ശി അവരുടെ യാത്രയ്ക്കു കാവലായി ഇടവഴിയിൽ നിലയുറപ്പിച്ചു. തിരിഞ്ഞുനോക്കിയും കൈവീശിയും ഓരോരുത്തരായി വീടുകളിലേക്ക് കയറിപ്പോകുന്നത് മുത്തശ്ശിമാർ സാകൂതം നോക്കിനിന്നു.

ട്യൂഷൻ ക്ലാസിലെത്തിയ പാർവ്വതിയും അമ്മുവും വലിയ സന്തോഷത്തിലായിരുന്നു 'നല്ല മൂഡിലാണല്ലോ ഇരുവരും'. കോളടിച്ചോ കോടിയൊക്കെ നേരത്തേത്തന്നെ കിട്ടിയോ എനിക്കെന്താണ് കൊണ്ടുവന്നിട്ടുള്ളത്?

ടീച്ചറെ അത്ഭുതപ്പെടുത്തുന്നതായിരുന്നു ഇരുവരുടെയും മറുപടി. 'കടങ്കഥച്ചെപ്പ്'. കടങ്കഥച്ചെപ്പോ? അതെന്താ സാധനം കാണട്ടെ.

ടീച്ചർക്ക് കുങ്കുമച്ചെപ്പും മറ്റുമറിയാം. എന്നാൽ കടങ്കഥച്ചെപ്പ് എന്ന് കേൾക്കുന്നത് ആദ്യമാണ്. ഇരുവരും കടങ്കഥച്ചെപ്പു തുറന്നു. കഥയായും പാട്ടായും ആട്ടമായും അവർ നിറഞ്ഞു.

ആദ്യ കടങ്കഥയിൽ ടീച്ചറൊന്നു ഞെട്ടി . ഹാ ഹൂ കാടപ്പാകുറച്ചു കഴിഞ്ഞ് കാടില്ല.' ഇതെന്താ കൂട്ടുകാരേ ടീച്ചറെ പേടിപ്പിക്കാൻ രണ്ടുപേരും കൂടി ഇറങ്ങിപ്പുറപ്പെട്ടതുതന്നെയാണോ? ഹാ ഹൂ എന്നൊക്കെപ്പറഞ്ഞ് 'ഉടൽ പക്ഷി തല ചെന്നായ തല കീഴായി ജീവിതം' എന്റെ പൊന്നേ എന്റെ ജീവിതം നിങ്ങളങ്ങനെയാക്കുമോന്നാണ് എന്റെ പേടി. രക്ഷിക്കണം. ഞാൻ ഏത്തമിടാം. ഏത്തം വേണ്ട തുല്ലിട്ടാൽ മതി. ഞാ തുല്ലിട്ടു. ഉത്തരം പെട്ടെന്നുവന്നു. ആദ്യത്തേത് പുക, രണ്ടാമത്തേത് വൗവ്വാൽ'

അതിരിക്കട്ടെ എവിടുന്നു കിട്ടിയിതെല്ലാം. ഞങ്ങളുടെ മുത്തശ്ശി പറഞ്ഞുതന്നതാ. ഇനിയും ഉണ്ട്. നമുക്ക് മത്സരിക്കാം. ടീച്ചറ് ചോദിച്ചേ ഞങ്ങൾ പറയാം. അല്ലെങ്കിൽ ഞങ്ങൾ ചോദിക്കും. ടീച്ചർ പറ. പിന്നീടൊരിക്കലാവാം. നമുക്ക് പാഠങ്ങൾ പഠിക്കാം. മനസ്സില്ലാമനസ്സോടെ അവർ കടങ്കഥക്കയത്തിൽനിന്നും നീന്തിക്കയറാൻ ശ്രമിച്ചു.

9

ആനകേറാമല ആടുകേറാമല

മുത്തശ്ശിയോടു കുഞ്ഞുങ്ങൾക്കുള്ള ഇഷ്ടവും കുട്ടികൾക്കു മുത്തശ്ശിയോടുള്ള അടുപ്പവും അവരുടെ രക്ഷാകർത്താക്കൾക്ക് ബോദ്ധ്യമായി. അവർ നാലുപേരെയും മദ്ധ്യവേനലവധിയുടെ ബാക്കി ദിനങ്ങളിൽ മുത്തശ്ശിക്കൊപ്പം നില്ക്കാൻ അനുവദിച്ചു. അന്നു രാത്രി തന്നെ പുറപ്പെടാനായിരുന്നു എല്ലാവർക്കുമിഷ്ടം. എന്നാൽ രാത്രിയായിപ്പോയതിനാൽ അതിനവർ മുതിർന്നില്ല.

അന്തിമേഘത്തെ നോക്കിയിരിക്കുകയായിരുന്നു ഡോൺ. അവന് ആ കാഴ്ച ഏറെ ഇഷ്ടമായി. കാറ്റിലിളകുന്ന മരത്തലപ്പുകളും ആടിയുലയുന്ന വള്ളിത്തലപ്പുകളും മാത്രമല്ല ആകാശവും അവനെ അങ്ങേയറ്റം ആനന്ദിപ്പിച്ചു. മുത്തശ്ശിയുടെ സാന്നിദ്ധ്യംകൊണ്ട് കടങ്കഥകൾ ഏറെ പഠിച്ച അവൻ സ്കൂളിൽ കേട്ട കടങ്കഥ ഓർമ്മിച്ചെടുത്തു. അതവൻ ഈണത്തിൽ ചൊല്ലി. ഇപ്പോഴവരെല്ലാവരും അങ്ങനെയാണ്. ഏതിലും താളം കണ്ടെത്താൻ ശ്രമിക്കും. താളത്തിൽ ചൊല്ലും.

'ആനകേറാമല ആടുകേറാമല

ആയിരം കാന്താരി പൂത്തിറങ്ങി' ആകാശവും നക്ഷത്രവും എല്ലാംകൂടി അവനെ ഏറെ സന്തുഷ്ടനാക്കി. ഈ ആനകേറാമലയെന്തെന്നും ആടുകൾ ആരെന്നും പൂത്തിറങ്ങുന്ന കാന്താ

രികൾ എന്താണെന്നും അവൻ സങ്കല്പിച്ചു. നക്ഷത്രങ്ങളെയും മേഘങ്ങളെയും അവനു പിടികിട്ടി. മുത്തശ്ശിയുടെ മഹത്ത്വം അവൻ നന്നേ അറിഞ്ഞു.

അമ്മു അവളുടെ അമ്മയോടും പാർവ്വതി അനിയനോടും കടങ്കഥകൾ ചോദിച്ചു. അമ്മയ്ക്ക് അറിയാത്ത ധാരാളം കടങ്കഥകൾ അവൾ പഠിച്ചുകഴിഞ്ഞു. 'മുല്ലപ്പൂമ്പൊടിയേറ്റുകിടക്കും കല്ലിനുമുണ്ടാമൊരു സൗരഭ്യം'എന്ന് അമ്മ പറഞ്ഞത് എന്തിനെന്നവൾക്ക് ബോദ്ധ്യമായി. അമ്മ പറഞ്ഞത് കടങ്കഥയല്ലെന്നും അവൾ ഓർമ്മിപ്പിച്ചു. അതേ ഇതു കടങ്കഥയല്ല. പഴഞ്ചൊല്ലാണ്. മുത്തശ്ശി മുല്ലപ്പൂവുപോലെ മണമുള്ളവരാണെന്ന കാര്യത്തിൽ അവൾക്ക് സംശയം ഇല്ലായിരുന്നു. എപ്പോഴുമൊരു ചന്ദനസുഗന്ധം അവർക്കുള്ളതായി അവൾ അറിഞ്ഞിരുന്നില്ല.

പാറുവിന്റെ അച്ഛൻ കൃഷിസ്ഥലത്തുനിന്നു വന്നു കൈകാലുകൾ കഴുകി ചാരുകസേരയിൽ ഇരുന്നു. ഉറക്കംവന്നു തൂങ്ങുന്നത് അവൾ ശ്രദ്ധിച്ചു. അമ്മയോടായിപ്പറഞ്ഞു. 'അടയ്ക്കും തുറക്കും കിങ്ങിണിപ്പത്തായം.' അമ്മയ്ക്ക് ദേഷ്യം വന്നു. അച്ഛനെയും കളിയാക്കാൻ തുടങ്ങിയോ നല്ല അടി വച്ചു തരും. അയ്യോ ഈ അമ്മയ്ക്കൊന്നും അറിയില്ല. കണ്ണിനെക്കുറിച്ചുള്ള കടങ്കഥയാണ് പറഞ്ഞത്.' ഉടൻതന്നെ അച്ഛൻ ഒരു കടങ്കഥ ചോദിച്ചു പാറു ഉത്തരം പറ.

'അച്ഛനെപ്പേടിയില്ലമ്മയെപ്പേടിയു-
ണ്ടെല്ലാർക്കുമവനേറ്റവുമുറ്റബന്ധു' ഈ കടങ്കഥ അവളെ തെല്ലൊന്നു സങ്കടപ്പെടുത്തി. അച്ഛനെ കളിയാക്കിയെന്നു ധരിച്ചാണ് ഈ കടങ്കഥ പറഞ്ഞതെന്നവൾ തെറ്റിദ്ധരിച്ചു. 'ഞാൻ പറയൂല്ല. അച്ഛനെ കളിയാക്കാനൊന്നുമല്ല നേരത്തേ ആ കടങ്കഥ പറഞ്ഞത്. അച്ഛൻ സാന്ത്വനിപ്പിച്ചു. എടീ മണ്ടീ ഇതൊരു നല്ല കടങ്കഥയാണ്. നിന്നെ കളിയാക്കാനൊന്നുമല്ല. ഉത്തരം ആലോചിച്ചു നോക്ക്. അമ്മ ഇടയ്ക്ക് കയറി ഉത്തരം പാർവ്വതി. അതൊന്നുമല്ല അവൾ നല്ല മോളാ. ഉത്തരം ഞാൻ പറയാം. 'ഉപ്പ്' തുടർന്നവർ തമ്മിൽ ഒരു കടങ്കഥ മത്സരം നടത്തി. 'അകമില്ലാത്തില പുറമില്ലാത്തില ഞെട്ടില്ലാത്തില വട്ടത്തിൽ' അമ്മയാണുത്തരം പറഞ്ഞത്. 'പപ്പടം' അപ്പോൾ 'ഞെട്ടില്ലാ വട്ടയിലയോ' അതും പപ്പടം. അടിക്കാത്ത മുറ്റമേത്.' അച്ഛൻ ങാ അതിനാണവൾക്ക് എന്റെ കൈയിൽ നിന്നും ഇടയ്ക്കിടക്ക് കിട്ടുന്നത്. പാറുവിന് അതൊരു ക്ലൂവായിരുന്നു. ഉടൻ വന്നു ഉത്തരം 'ആകാശം' അമ്മയുടേത് ഒരടുക്കള കടങ്കഥയായിരുന്നു. 'കറിക്കു വേണ്ടത് വായ്ക്കു വേണ്ട.' അമ്മു പറഞ്ഞു: അമ്മയ്ക്ക് തീറ്റയും കുടിയും മാത്രം അതുവിടു ഉത്തരം പറ— വായ്ക്കുവേണ്ടാത്തത് അമ്മ വയ്ക്കുന്ന കറികൾ. അച്ഛന്റെ കമന്റിൽ മൂവരും ചിരിച്ചു.

10

ഇല്ലത്തമ്മ കുളിച്ചുവരുമ്പോൾ

അമ്മുവിന് വീണ്ടും മുത്തശ്ശിയെക്കുറിച്ചായിരുന്നു ചിന്ത. കാൽ നീട്ടിയുള്ള ആ ഇരിപ്പും മൂക്കുത്തിയുടെ മിനുക്കവും ശുഭ്രവസ്ത്രവും എല്ലാം. അമ്മൂമ്മയുമായി ബന്ധപ്പെട്ട ഒരു കടങ്കഥ തന്നെ അവൾ പുറത്തെടുത്തു. 'അകത്തേക്ക് പോകുമ്പോൾ പച്ചപ്പ്, പുറത്തേക്ക് പോരുമ്പോൾ ചോന്നിട്ട്' അച്ഛൻ തന്നെയാണ് ഉത്തരം പറഞ്ഞത്. 'വെറ്റില മുറുക്ക്' ഇടയ്ക്കൊക്കെ മുറുക്കാൻ കടയിൽനിന്ന് ഒന്നു മുറുക്കുന്നത് അദ്ദേഹത്തിന്റെ ഒരു ശീലമായിരുന്നു. നേരം വൈകി അമ്മു സന്ധ്യാദീപം തെളിച്ചു പ്രാർത്ഥിച്ചു. മിന്നാമിന്നികൾ പാറിപ്പോകുന്നത് അച്ഛൻ കണ്ടിരുന്നു. നല്ല ചന്തമുള്ള കാഴ്ച. അതിൽ കുഞ്ഞിലേ ആകൃഷ്ടയായിരുന്ന പാറുവും അമ്മുവും ഒരുദിവസം അച്ഛനോടൊപ്പം നടന്ന് ഒത്തിരിയെണ്ണത്തെപ്പിടിച്ച് കുപ്പിയിലാക്കി വീടിന്റെ കിടപ്പുമുറിയിൽ കൊണ്ടുവന്ന് ലൈറ്റ് ഓഫാക്കി പുറത്തേക്കിറങ്ങി. ആ മുറിയിലാകമാനം അവയെ മിന്നിച്ചതെല്ലാം അദ്ദേഹം ഓർത്തു. ഒപ്പം ഒരു കടങ്കഥ അവളോടായി ചോദിച്ചു. 'അവിടെ കണ്ടു ഇവിടെ കണ്ടു പിന്നെ കണ്ടില്ല.' ആദ്യം അമ്മയെയാണ് ഓർമ്മ വന്നത്. നോക്കുന്നിടത്തെല്ലാം അമ്മ കാണും. ചിലപ്പോൾ ഒന്നു മിന്നിമറയും. ജോലിത്തിരക്കുകൾ അത്രയ്ക്കാണ്. എന്നാലും പെട്ടെന്നവൾ ആലോചിച്ചു. ഉത്തരം പെട്ടെന്ന് ഓർമ്മ വന്നു. മിന്നാമിനുങ്ങ്, ഒപ്പം ഒരു പാട്ടും അവൾ

പാടി. "മിന്നാമിനുങ്ങേ മിന്നുംമിനുങ്ങേ എങ്ങോട്ടാണെങ്ങോട്ടാണീ" അച്ഛന് വലിയ സന്തോഷമായി. ഈ കടങ്കഥയ്ക്ക് ഇടിമിന്നൽ എന്നും ഒരു ഉത്തരമുള്ളതായി അച്ഛൻ പറഞ്ഞപ്പോൾ മുത്തശ്ശി നേരത്തേ ഓർമ്മിപ്പിച്ച കാര്യം അവൾ അച്ഛനെ ധരിപ്പിച്ചു. അമ്മ മറ്റൊരു കടങ്കഥ പറഞ്ഞു. 'ഓടിനടക്കും തീപ്പന്തം' അതും മിന്നാമിനുങ്ങു തന്നെ. അച്ഛൻ ഓർമ്മിപ്പിച്ചു. ചെറിയ മഴക്കോളുണ്ടല്ലോ പാറൂ. കറണ്ടു പോകാൻ സാദ്ധ്യതയുണ്ട്. നേരം വൈകുന്നു. വെട്ടം കരുതിവയ്ക്കണം. അമ്മയോടു പറ 'ആനയെക്കാണാൻ വെളിച്ചമുണ്ട് ബീഡി കൊളുത്താൻ തീയില്ല'. 'ഇവളെന്താണ് പറഞ്ഞ് നടക്കുന്നത്. ഈ സന്ധ്യാനേരത്ത് ബീഡി തീപ്പെട്ടിന്നൊക്കെ.' അപ്പൂപ്പനോട് ചോദിക്ക്. ഡോക്ടർ കഴിഞ്ഞ ദിവസവും പറഞ്ഞു ബീഡി വലി നിർത്താൻ. ഹോ അമ്മ തുടങ്ങി. ഞാൻ ഒരു കടങ്കഥ പറഞ്ഞതാണെടീ പെണ്ണേ. എപ്പോഴും എന്നോട് കളിക്കരുത്, വച്ചു വീക്കിത്തരും.' ഇവിടെ പൊരിഞ്ഞ ജോലി. അവളുടെ കടങ്കഥ. ദാ അച്ഛനെ വിളി വെറുതേയിരിക്കേല്ലേ. അമ്മയെ ശുണ്ഠി പിടിപ്പിക്കേണ്ടെന്ന് അച്ഛൻ ആംഗ്യം കാട്ടി. പാറുക്കുട്ട്യേ ദാ വരണപ്പൂപ്പാ. എന്താ ഒരു ചർച്ച. ങാ അപ്പൂപ്പാ ഒരു കടങ്കഥ പറയാം. ഉത്തരം പറയണം. ങാ കേൾക്കട്ടെ നോക്കാം. 'ആനയെ കാണാൻ വെളിച്ചമുണ്ട് ബീഡി കൊളുത്താൻ തീയില്ല' മോളൂ അപ്പൂപ്പൻ ബീഡി വലി നിറുത്തി. നീ കളിയാക്കല്ലേ. അല്ലെപ്പൂപ്പാ കടങ്കഥ കടങ്കഥ. ങാ അതോ അതു 'ടോർച്ചു ലൈറ്റാ' അത്ര തന്നെ ഈ അപ്പൂപ്പൻ കിടുവാണല്ലോ. നമുക്ക് കടങ്കഥകൾ പറഞ്ഞ് കളിക്കാമപ്പൂപ്പാ.

ശരി നോക്കാം. 'ഇലയില്ലാവല്ലിയിൽ പൂപോലൊരു കായ'. തുല്ല് അപ്പോ തോറ്റോ. തോറ്റെന്നു ചോദിച്ചാൽ എടീ കാന്താരീ പറ. അകത്തു നിന്നമ്മ ഉറക്കെ ചിരിച്ചു. 'കുറേ നേരമായി അവളെന്നെ ശല്യപ്പെടുത്താൻ തുടങ്ങിയിട്ട്. അവളെ കണക്കിനു കൈകാര്യം ചെയ്തേരെന്റച്ഛാ.' എന്റെ മോള് തോല്ക്കൂല അവൾ മിടുക്കിയാ മോളുത്തരം പറ. അപ്പൂപ്പൻ പറ. എനിക്കറിഞ്ഞുകൂട. ഓർത്ത് നോക്ക്. അപ്പൂപ്പൻ പറ.

'ഇലക്ട്രിക് ബൾബ്'. ഹോ അതെനിക്കറിയാമായിരുന്നു.

അപ്പൂപ്പൻ ജയിച്ചു. സമ്മതിച്ചു. അടുത്ത ചോദ്യം ഞാൻ.

'എത്തിയാലുമെത്തിയാലുമെത്താത്ത മരത്തിൽ
വാടിവീഴാത്ത പൂക്കൾ'

'നക്ഷത്രങ്ങൾ' എന്നുടൻ തന്നെ വന്നു അപ്പൂപ്പന്റെ ഉത്തരം. അവൾ അപ്പൂപ്പനെ ചേർന്നിരുന്നു. അപ്പൂപ്പൻ തുടർന്നു.

'ഒരാളെയേറ്റാൻ നാലാള്' 'കട്ടിൽ'. 'ഒരാളേയേറ്റാൻ മൂന്നാള്' 'അടുപ്പു കല്ല്'. അമ്മ കുളിച്ചുവന്നു. മുടി നീട്ടിയിട്ടുണ്ട്. ഇല്ലത്തമ്മ കുളിച്ചുവരുമ്പോൾ പാമ്പുകളനവധി പിന്നാലെ ഉടൻ പാറു പറഞ്ഞു. അമ്മയെ കളിയാക്കുകയാണോ രണ്ടാളും കൂടി. ഇപ്പോ കിട്ടും പെട ഹേയ് ഇതു കടങ്കഥ തന്നെ. 'തലമുടി' ഉടൻ മറുചോദ്യവുമായി അമ്മയും എത്തി.

'ഇല്ലത്തമ്മ കുളിച്ചുവരുമ്പോൾ
കുഞ്ഞിത്തെയ്യം തുള്ളിത്തുള്ളി' എന്നായി പ്രസ്താവന. അപ്പൂപ്പൻ ചോദിച്ചു ഞാൻ പറയട്ടേ മോളൂ. അവൾ പറയും. അപ്പൂപ്പൻ ഒരു രഹസ്യമോതി. ഉടൻ വന്നു ഉത്തരം അരി തിളയ്ക്കുന്നത്. അമ്മ തോറ്റേ. അവൾ ചെറിയൊരു കൂക്കു കൂകി. എനിക്കു കളിച്ചോണ്ടിരിക്കാൻ നേരമില്ല. നിങ്ങൾ തുടർന്നോളൂ. ഞാൻ ഉടൻ എത്തിക്കോളാം. തല ചൊറിഞ്ഞമ്മ പോയതുകണ്ട് അപ്പൂപ്പൻ പറഞ്ഞു. ഇരുട്ടുകാട്ടിൽ കുരുട്ടുപന്നി- അച്ഛാ എന്നെ കളിയാക്കിയതല്ലേ. എന്നാ അപ്പൂപ്പൻ ഉത്തരം പറ. അതു നിനക്കും ബാധകമാണ്. ചിലപ്പോഴൊക്കെ അഴിച്ചു ചൊറിയുന്നത് ഞാൻ കണ്ടിട്ടുണ്ട്. പേനോ' അതെ പേൻ തന്നെ.

11

അക്കരെ നിക്കും കുട്ടിച്ചാത്തൻ...

അമ്മു കടങ്കഥയിൽ കേമിയാണെന്നും ഡോണും ഒട്ടും പിന്നിലല്ലെന്നും കൊച്ചു സജ്ന പോലും ഇപ്പോ നല്ല ഫോമിലാണെന്നും പാർവ്വതി അപ്പൂപ്പനെ ധരിപ്പിച്ചു. കുട്ടികളായാൽ അങ്ങനെ വേണം. നമ്മൾ സ്ഥിരം കാണുന്നതും കണ്ടു മറന്നതും ഭാവനയെ ഉണർത്തുന്നതുമാണ് 'കടങ്കഥകൾ'. ഞങ്ങളുടെ കുട്ടിക്കാല വിനോദ ഉപാധികളിലൊന്ന് കടങ്കഥകളായിരുന്നു. ഇന്ന് ഇതിന് കുറേക്കൂടി പ്രചാരം വന്നിട്ടുണ്ട്. നിങ്ങൾ ഇടവേളകളിൽ പറഞ്ഞും കേട്ടും പഠിക്കണം. മനഃപാഠമാക്കണം. ശരി അപ്പൂപ്പാ.'

അടുക്കളയിൽനിന്നും വന്ന അമ്മ കസേരയിൽ ഒന്നിരുന്നു. എന്താ കടങ്കഥ മത്സരത്തിൽ ചേരുന്നുണ്ടോ എന്നായി അപ്പൂപ്പൻ. എനിക്ക് വിശക്കുന്നമ്മേ, ചോറു തിന്നാമെന്നായി പാർവ്വതി. എല്ലാവരും ഊണ് കഴിച്ചും ഓരോ വിഭവങ്ങൾ മേശമേൽ നിരക്കുമ്പോഴും ഓരോരുത്തരും കടങ്കഥകളോർത്തു നോക്കി. പക്ഷേ, വലുതായൊന്നും കണ്ടെത്താനായില്ല. ആഹാര പദാർത്ഥങ്ങളെക്കുറിച്ച് കടങ്കഥ വളരെ കുറവാണെന്നും അവ യുടെ അസംസ്കൃതപദാർത്ഥങ്ങളാണ് കടങ്കഥയിലധികവുമെന്നും പാർവ്വതി നിനച്ചു. കൃഷിയിലധിഷ്ഠിത

മായ കാർഷിക വിഭവങ്ങളോടുള്ള അതിയായ മമതകൊണ്ടാവാം ഭക്ഷണപദാർത്ഥങ്ങൾക്കായി കൂടുതൽ കടങ്കഥ രൂപപ്പെടാത്തതെന്ന് അച്ഛനും പറഞ്ഞു. ആ ഭക്ഷണവേള അക്ഷരാർത്ഥത്തിൽ ഗൗരവമുള്ള ഒരു കടങ്കഥാ ചർച്ചയായി മാറി. അവയിലെ കണ്ടെത്തലുകളെല്ലാം പാർവ്വതി മനസ്സിൽ കുറിച്ചിട്ടു. മുത്തശ്ശിയെക്കാണുമ്പോൾ ഈ സംശയങ്ങൾ ദൂരീകരിക്കാമെന്ന വിശ്വാസത്തോടെ.

പതിവുപോലെ രാവിലെ ഉണർന്നത് അമ്മുവിന്റെ അമ്മയാണ്. തലേദിവസം അവിടെയും നല്ല കടങ്കഥ ചർച്ചയാണ് നടന്നത്. ആരും സമയം പോയതറിഞ്ഞില്ല. അതിനാൽ ഉറങ്ങാനും വൈകി. എത്ര വൈകി ഉറങ്ങിയാലും അവളുടെ അപ്പൂപ്പൻ പുലർച്ചെ ഉണരും. പശുത്തൊഴുത്ത് വൃത്തിയാക്കി പാൽ കറക്കും. പ്രഭാതത്തിലെ ചായ തയ്യാറാക്കൽ മുത്തച്ഛന്റെ പതിവാണ്. ഉണർന്നുവരുമ്പോൾ എല്ലാവർക്കും ഉശിരൻ ചായ. അമ്മുവിന് ചായ നന്നേ തണുക്കണം. അമ്മ എന്നും പറയും അവൾക്ക് ഒരു സ്ട്രോ ഇട്ടുകൊടുക്കുന്നതാണ് നന്ന്. ഒറ്റ വലിക്കു കുടിച്ചു തീർക്കാം.

അമ്മുവിനെ അപ്പൂപ്പനാണ് വിളിച്ചുണർത്തിയത്. "അമ്മുക്കുട്ട്യേ കുഞ്ഞുക്കുട്ട്യേ

"അക്കരെനിക്കും കുട്ടിച്ചാത്തൻ,
ഇക്കരെനിക്കും കുട്ടിച്ചാത്തൻ,
കടലിൽ ചാടും കുട്ടിച്ചാത്തൻ,
കുടചൂടിക്കും കുട്ടിച്ചാത്തൻ,

ഉദിച്ചു പൊങ്ങി വരുന്നു

ഉണരുന്നില്ലേ അമ്മൂട്ട്യേ" എന്ന ചോദ്യപ്പാട്ടു കേട്ടാണ് അവൾ ഉണർന്നത്. കണ്ണുതുറക്കുമ്പോൾ സൂര്യൻ ജനാലയ്ക്കരികിൽ എത്തിയിരുന്നു. സൂര്യനെക്കുറിച്ചുള്ള കടങ്കഥ അവൾക്കിഷ്ടപ്പെട്ടു.

ഡോണിന്റെ പ്രഭാതം ആരുടെയും വിളിച്ചുണർത്തലിനായി കാത്തു നിന്നില്ല. ഒരു സ്വപ്നം കണ്ടാണവൻ ഉണർന്നത്. സുന്ദരമായ ഒരു സ്വപ്നം, പള്ളിപ്പെരുന്നാളിന് അപ്പനും അമ്മയും മുത്തശ്ശിയും അമ്മുവും പാറുവും കൂടാതെ കൊച്ചു സൈനയുമൊപ്പം പോയതും ആരവങ്ങൾക്കിടയിൽ മധുരപലഹാരം കഴിച്ചതും കൗതുകകരമായ പല സാധനങ്ങൾ വാങ്ങിയതും മുത്തശ്ശിമാരുടെ അടുത്തിരുന്ന് കടങ്കഥ പറഞ്ഞതും. ജയിക്കുന്നവർക്കെല്ലാം വിവിധ സമ്മാനങ്ങൾ മുത്തശ്ശി നല്കിയതും. ഒപ്പം ഓരോ കടങ്കഥ പുസ്തകങ്ങൾ പ്രദർശന നഗരിയിൽനിന്നും വാങ്ങി കൊടുക്കാത്തതുമൊക്കെയായിരുന്നു ആ സ്വപ്നത്തിന്റെ ഉള്ളടക്കം. ഉണർന്നെണീറ്റുവന്ന ഡോണിനെ കണ്ടപ്പോഴേ അമ്മ പറഞ്ഞു, 'നല്ല മൂഡിലാണല്ലോ' മോന്റെ വരവെന്ന്. ആരും വിളിച്ചുണർത്താതെ ഒരവധിക്കാലത്തുണരുന്നത് ഇന്നാദ്യം!

സൈനയാണ് വൈകിയുണർന്നത്. ചേച്ചിമാർ ചെന്ന് ഉണർത്തുകയായിരുന്നു. ഒറ്റ വിളിയേ വേണ്ടി വന്നുള്ളൂ. അവൾ ചാടി എഴുന്നേറ്റു അവരെക്കണ്ടതും തുള്ളിച്ചാടി നമുക്ക് പോകാം മുത്തശ്ശിയുടെ അടുക്കലേക്ക്. 'മുട്ടായീം ജിലേപീം പപ്പടോമെല്ലാം വച്ചേക്കാമെന്നു പറഞ്ഞിട്ടാണ് വിട്ടയച്ചത്. അമ്മേ ഞാമ്പോണ്."

പല്ലു തേയ്ക്കാൻപോലും കൂട്ടാക്കാതെ അവൾ പോകാനൊരുങ്ങി. എല്ലാവരും ചേർന്ന് അവളെ പല്ലു തേയ്പിച്ചു കുളിപ്പിച്ചു വസ്ത്രം മാറ്റി സുന്ദരിയാക്കി. മുത്തശ്ശി കുട്ടികളെ പ്രതീക്ഷിച്ചിരിപ്പാണ്. ഇരിപ്പെന്നു പറഞ്ഞുകൂടാ. ഇടയ്ക്കിടെ വാതില്ക്കൽ വരും. പോയിരിക്കും പിറുപിറുക്കും വീണ്ടും ഒന്നിരിക്കും അങ്ങനെ. ഏറെത്താമസിയാതെ ഒരാരവം. 'വാനര

സംഘം വരുന്നുണ്ട്' മുത്തശ്ശിക്ക് ഏറെ സന്തോഷം. കുളിച്ച് കുറിയിട്ട് മുറുക്കാൻ ചെല്ലവുമായാണ് മുത്തശ്ശി ഉമ്മറത്തിരുന്നത്. വഴിയിൽനിന്നു കിട്ടിയ പല സാധനങ്ങളും അവർ മുത്തശ്ശിക്കായി കരുതിവച്ചു. അമ്മമാർ കൊടുത്തയച്ച പലഹാരപ്പൊതികൾ വേറെയും.

12

മുതുകത്തുവെട്ടിയും..

സജ്നയ്ക്ക് കിട്ടിയ പഴുത്ത അടയ്ക്ക (പാക്ക്) പാറുവിന്റെ അച്ഛൻ കൊടുത്തയച്ച വെറ്റില, ചുണ്ണാമ്പ് പുകയില. ഡോണിന്റെ സമ്മാനമായി വലിയ നാരങ്ങ കുഞ്ഞുസൈന മാമൻ കൊടുത്ത ഒരു ചെറിയ കഷണം ചന്ദനത്തടി. ഇങ്ങനെ പിടിപ്പതു സാധനങ്ങൾ.

എല്ലാവരെയും സന്തോഷത്തോടെ മുത്തശ്ശി സ്വീകരിച്ചു. നാലുപേർക്കും ഓരോ 'നാട്ടുമാങ്ങ'യാണ് ആദ്യം കൊടുത്തത്. അതിന്റെ ഹൃദ്യമായ മണം എല്ലാവരുടെയും നാവലിയിച്ചു. 'കടിച്ചുപറിക്കാൻ' തന്നെ അവർ തീരുമാനിച്ചു. മുത്തശ്ശി പറഞ്ഞു. ഇതൊക്കെ കടിച്ചുതിന്നണം. പല്ലുറയ്ക്കണം, രുചിയറിയണം. ചുണ്ടും പല്ലും വായും നാവും ചേർന്ന് രുചി അറിയണം. അപ്പോഴേ രുചിയുടെ പൂർണ്ണതയിലെത്തൂ.' മുത്തശ്ശീ, മാങ്ങ കടിച്ചുതിന്നാൽ അമ്മ വഴക്കു പറയും. ഉടുപ്പും വൃത്തികേടാവും. കൈയിൽ ഈച്ച പറ്റും എന്നൊക്കെ. മക്കളേ അതൊക്കെ പരിഷ്കാരികൾ പറേണതാണ്. എന്റെ കാന്താരികള് അതിക്കാര്യത്തിൽ കേൾക്കേണ്ട. ദാ ഇങ്ങനെ അങ്ങോട്ട് കടിച്ചുതിന്നോ. മുത്തശ്ശി മുൻവരിപ്പല്ലുകൾ ചേർത്തൊരു കടി. ആരും അമാന്തിച്ചില്ല. ഒരു തീറ്റ മത്സരം തന്നെ നടന്നു!

ഓരോരുത്തരായി സമ്മാനങ്ങൾ ഇറക്കിവച്ചു. ആദ്യം

സൈനയുടെ വക. പഴുക്കടയ്ക്കയാണ് മുത്തശ്ശിക്ക് കിട്ടിയത്. അടയ്ക്ക കണ്ടതും സൈനയെ കോരിയെടുത്തു. അവൾ മുത്തശ്ശിയുടെ മാറോട് ചേർന്ന് തല ഉയർത്തി നോക്കി വലംകൈയും ഇടംകൈയുംകൊണ്ട് കവിളുകളിൽ തലോടി. ചക്കരമുത്തങ്ങൾ കൈമാറി. പിന്നെ കടങ്കഥപ്പൂരമായിരുന്നു.

'ഒരമ്മ പെറ്റ മക്കളെല്ലാം ഒറ്റക്കണ്ണന്മാർ 'ഒരമ്മ പെറ്റ മക്കളെല്ലാം തൊപ്പിക്കാർ' 'ഒറ്റക്കണ്ണൻ ചന്തയ്ക്കു പോയി.' 'തൊപ്പിക്കാരൻ ചന്തയ്ക്കുപോയി' മുതുകത്തുവെട്ടിയും ചന്തയ്ക്കു പോയി.' പൊളിച്ചെടുത്തതും ചന്തയ്ക്കുപോയി.' ഒരേ വസ്തുവിൽ കുറേ കടങ്കഥകൾ എല്ലാ ഉത്തരവും ഒന്ന്. കടങ്കഥ കണ്ടെത്തിയവർ അപാരമായ കഴിവും കലാബോധവും ഉള്ളവരാണ്. അവരുടെ ഭാവനശേഷിയും ചിന്താശീലവും അതിശയിപ്പിക്കുന്നതുതന്നെ!

ആട്ടെ എല്ലാവരും കാപ്പി കഴിച്ചോ? എന്തായിരുന്നു പലഹാരങ്ങൾ. പാറു ചോദിക്കാനിരുന്ന സംശയത്തിന് പെട്ടെന്ന് അവസരം കൈവന്നതിൽ അവൾക്ക് സന്തോഷമായി. മുത്തശ്ശീ ആഹാരസാധനങ്ങളെക്കുറിച്ചുള്ള കടങ്കഥകൾ തീരെക്കുറവാണല്ലേ? അതേയോ ഞാനങ്ങനെ ശ്രദ്ധിച്ചിട്ടില്ല. നമുക്കു നോക്കാം. മുത്തശ്ശീ ഓർമ്മിക്കാൻ തുടങ്ങി.

'ശീശൂരണ്ടൊച്ച എടുത്തു നോക്കീ സൂറോട്ട' എന്താണു മുത്തശ്ശീ അത്. 'ദോശ ചുടുന്നതാണ്. 'കൈയിൽ കയറി മെയ്യിലൊളിച്ചു' ഉത്തരം ആരു പറയും. ആരും മിണ്ടിയില്ല. മുത്തശ്ശി പറഞ്ഞു. 'ചോറുരുള'. വീണ്ടും കടങ്കഥ പ്രതീക്ഷിച്ച കൂട്ടുകാരും പറയാൻ നാവെടുത്ത മുത്തശ്ശിയും നിരാശരായി. വേറെ കടങ്കഥയൊന്നും മനസ്സിൽ വരുന്നില്ല. ആഹാരമാകാവുന്ന സാധനങ്ങൾ ധാരാളം. പപ്പടം, മുട്ട, ചക്ക ഇങ്ങനെ പലതും. പാറു അപാര മിടുക്കിയാണ്. അവൾ വളരെ യുക്തി പ്രയോഗിച്ചിരിക്കുന്നു. നല്ല നിരീക്ഷണം നടത്തിയിരിക്കുന്നു. മിടുമിടുക്കി. രാവിലെ തണുത്തിരിക്കാതെ ഒരു കൈയടി കൊടുത്തേ. ഒരു വലിയ 'ക്ലാപ്പ്'. എല്ലാവരും കൈയടിച്ചു. മുത്തശ്ശിയുടെ 'ക്ലാപ്പ്' എന്ന പ്രയോഗം ക്ലൂ പോലെ തിളങ്ങി. എടീ കാന്താരികളേ കുന്നിമണികളേ ഡോണൂ, ടി വി പരിപാടികൾ മുത്തശ്ശി കാണു

ന്നതേ കരയാനല്ല കാര്യങ്ങൾ പഠിക്കാനാണ്. ക്ലാപ്പ് ക്ലാപ്പ് ക്ലാപ്പ്... എല്ലാവരും കൂട്ടച്ചിരിയായി.

വെറ്റിലയും ചുണ്ണാമ്പും മുത്തശ്ശി കാണാഞ്ഞിട്ടാണോ എന്ന് സംശയിച്ച് അമ്മുവും ഡോണും അതു മുത്തശ്ശിയുടെ വെറ്റിലത്താലത്തിൽ എടുത്തുവച്ചു. ഡോണിന്റെ വകയായി വന്ന നാരങ്ങയും അടുത്തു സ്ഥാനം പിടിച്ചു. മുത്തശ്ശി ഓരോന്നായി എടുത്തു. പുകയിലയുടെ മണം ഹൃദ്യമെന്ന് ആ മൂക്കു തന്നെ വിളിച്ചുപറഞ്ഞു. 'വെണ്ണച്ചുണ്ണാമ്പും പഴുത്തടയ്ക്കയും ജാപ്പാണൻ പുകയിലയും' കൂട്ടി മുറുക്കിയ ശേഷം നാരങ്ങ എടുത്ത് മൂക്കിനോടടുപ്പിച്ച് ഒന്ന് മണത്തുനോക്കി മുത്തശ്ശിയിരുന്നു. നല്ല പരുവം കിട്ടിയ മട്ടിൽ അടുത്തിരുന്ന കോളാമ്പിയിൽ ആദ്യത്തെ കുറുക്കിത്തുപ്പൽ!

പുകയിലയും ചുണ്ണാമ്പും അടയ്ക്കയും വെറ്റിലയും ചേർത്തുവച്ച് ഒരു നാടൻ കടങ്കഥയുണ്ടാക്കിയ മുത്തശ്ശി കൊച്ചുമക്കളെ അത്ഭുതപ്പെടുത്തി.

ഓരോന്നായെടുത്ത് കറുകറുപ്പൻ- പുകയില, വെളുവെളുപ്പൻ- ചുണ്ണാമ്പ്, മുതുകത്തുവെട്ടി-അടയ്ക്ക, മൂക്കുകിള്ളി-വെറ്റില ഇങ്ങനെ പരിചയപ്പെടുത്താതെ

'കറുകറുപ്പനും വെളുവെളുപ്പനും
മുതുകത്തുവെട്ടിയും മൂക്കുകിള്ളിയും' എന്നു താളത്തിൽ പാടി. നാലും കൂട്ടി മുറുക്കുന്നതെന്തെല്ലാമെന്ന് മുത്തശ്ശി വിവരിച്ചു. വിവരണം കേട്ട് കുട്ടികൾ രസിച്ചു. ഡോണിന്റെ സമ്മാനം മുത്തശ്ശിക്കേറെ ഇഷ്ടപ്പെട്ടു.

നാരങ്ങ മണത്തുനോക്കി. അതിന്റെ മുഴുമുഴുപ്പും മിനുമിനുപ്പും അതിലേറെ ഇഷ്ടമായി. എല്ലാവരെയുമായിക്കാണിച്ചുകൊണ്ടു പറഞ്ഞു:

'ഉരുളൻ കാളയെ അറുക്കാൻ ചെന്നാൽ
സൂചിക്കൊമ്പൻ കുത്തിക്കയറും'

ഉരുളൻകാളയും സൂചിക്കൊമ്പനും നാരങ്ങയും നാരകത്തിന്റെ മുള്ളുമാണെന്നു മനസ്സിലായി. തുടർന്ന് ആ കടങ്കഥ പൂർത്തിയായി. യഥാർത്ഥ കടങ്കഥകളുടെ കേൾവിസുഖത്തിലും അർത്ഥഭംഗിയിലും അവർ ലയിച്ചു. പലതരം തമാശകൾ പറഞ്ഞും കേട്ടും അവർ രസിച്ചു.

13

മുത്തിയെപ്പോലെ...

കൊച്ചു മുത്തശ്ശി കൂട്ടുകാർക്കായി ഒരുക്കിവച്ച പലഹാരങ്ങൾ അവരുടെ കൺകുളിർപ്പിച്ചു. പ്രാതൽ കഴിഞ്ഞെത്തിയതുകൊണ്ട് പലർക്കും അതിനോടത്ര താല്പര്യം കണ്ടില്ല. കൊച്ചു സൈന ഒരു ദോശയും പാർവ്വതി ഒരു രസികൻ നെയ്യപ്പവും ഡോണുവും അമ്മുവും ഓരോ അച്ചപ്പവും മുറുക്കും കൈക്കലാക്കി. ഈ അവസരം നോക്കി കൊച്ചു സൈന ഒരു അച്ചപ്പം കൂടി കൈയിലെടുത്തു. പിന്നീട് മുറിയിലാകെ 'കറുമുറു' ശബ്ദമായി. കടിച്ചും പൊടിച്ചും അവയോരോന്നായി കുട്ടികൾ ഉള്ളിലാക്കി. വീണ്ടുമൊരു തീറ്റമത്സരം!

ചായ ചൂടു കൂടുന്നു. പാർവ്വതി ഊതിത്തണുപ്പിക്കാൻ തുടങ്ങി. മുത്തശ്ശി ഡോണിനോടു പറഞ്ഞു. 'ഇവിടെ കുത്തിയാൽ അവിടെക്കറങ്ങും' ഒന്ന് ശ്രമിച്ചു നോക്ക്. സൈനുവിന് കാറ്റു വരട്ടെ. എല്ലാവർക്കും മനസ്സിലായി ഫാനിടാനാണ് മുത്തശ്ശി പറഞ്ഞതെന്ന്. എല്ലാവരും ഉഷാറായി. ഫാൻ ഫാൻ.

മുത്തശ്ശീ നമുക്ക് പുറപ്പെടാം. 'എവിടേക്കാ' മുത്തശ്ശിയുടെ ചോദ്യം. മുത്തശ്ശി പറഞ്ഞാൽ മതി എല്ലാവർക്കും ഒരേ സ്വരം.

പുതിയ തലമുറയ്ക്ക് കൃഷിയിൽ താല്പര്യം കുറയുന്നു എന്നതിന് മുത്തശ്ശി കണ്ടെത്തിയ കാരണങ്ങൾ പലതാണ്. പ്രധാനമായും അവരെ അത്തരം കാര്യങ്ങൾ ബന്ധപ്പെടുത്താൻ

മുതിർന്നവർ ശ്രമിക്കുന്നില്ലെന്നതായിരുന്നു മുത്തശ്ശിയുടെ കണ്ടെത്തൽ. കൃഷിക്ക് തന്നിൽ താല്പര്യമുണ്ടാക്കിയ അച്ഛനമ്മമാരും വിദഗ്ദ്ധകർഷകനായ ഭർത്താവും മുത്തശ്ശിയുടെ വഴികാട്ടികളാണ്. എന്തായാലും തന്റെ കുഞ്ഞുങ്ങൾ മോശക്കാരാകരുതെന്ന് അവർ ആശിച്ചു. മക്കളെയുംകൂട്ടി തന്റെ കൃഷിപ്പാടം സന്ദർശിക്കാൻ തീരുമാനമെടുത്തതങ്ങനെയാണ്.

ശരി മക്കളേ ഇറങ്ങിക്കോളൂ. ഇഷ്ടമാണോ, തയ്യാറാണോ നമുക്ക് പോകാമോ. 'പോകാം ഇഷ്ടമാണ്. ഞങ്ങൾ തയ്യാറാണ്. കുട്ടികളിലെ ആവേശം മുത്തശിയെ കരുത്തുള്ളവളാക്കി!

മുത്തശ്ശി കൊച്ചുമക്കളെപ്പോലെ താലോലിക്കുന്ന നായയും പൂച്ചയും ഒപ്പം കൂടാൻ തിടുക്കം കൂട്ടി! പൂച്ചക്കുട്ടിയെ പാറു താങ്ങിയെടുത്തു. നായ മുത്തശ്ശിക്കൊപ്പം കൂടി. യാത്രയ്ക്ക് നായ നല്ല കൂട്ടാണെന്ന് മുത്തശ്ശി പറഞ്ഞു. ഇപ്പോൾ യാത്രാസംഘം വിപുലമായി ഏഴുപേർ!

മുത്തശ്ശിക്കൊപ്പം കുട്ടികൾ നടന്നു. മുത്തശ്ശിയെപ്പോലെ നടന്നു. മുത്തശ്ശി ഒരു പാട്ടുപാടി.

'മുത്തിയോടൊപ്പം നടക്കുവിൻ മക്കളെ
മുത്തിയെപ്പോലെ നടക്കുവിൻ മക്കളേ
മുത്തിയോടൊപ്പം നടക്കുവിൻ മക്കളേ
മുത്തിയായ്ത്തന്നെ നടക്കുവിൻ മക്കളേ'

ആ പാട്ടിലെ ആഹ്വാനം അവർ ശ്രദ്ധിച്ചു. മുത്തശ്ശി അവർക്ക് എന്നും മാതൃകയാണ്. ഒപ്പം കൂടിയാൽ മുത്തശ്ശി അവർക്ക് എല്ലാമെല്ലാമാണ്.

കുറച്ചുദൂരം നടന്നതേയുള്ളൂ. വിശാലമായ ഒരു കൃഷിപ്പാടത്തവരെത്തി. ചുറ്റും വേലി, മുത്തശ്ശി ഒരു ചെറിയ പൊതി കൈയിൽ സൂക്ഷിക്കുന്നത് അവർ ശ്രദ്ധിച്ചു. അതെന്തെന്ന ചോദ്യത്തിന് ഉത്തരമായി വന്നത് കടങ്കഥ തന്നെ!

'കറുത്തൊരുത്തൻ കരിമുണ്ടച്ചാർ
കടിച്ചൊരാളുടെ നടുകണ്ടിച്ചു'

പൂച്ച എലിയെ പിടിക്കുന്നത് കണ്ടിട്ടുള്ള പാറുവിന് പെട്ടെന്ന് കിട്ടിയ ഉത്തരം അവൾ ഉറക്കെ വിളിച്ചു പറഞ്ഞു. കറുത്തൊരുത്തൻ കരിമ്പൂച്ച കരിമുണ്ടച്ചാർ ചുണ്ടെലി. ഉത്തരം

ശരിവച്ചുകൊണ്ട് കൂട്ടുകാർ, മുത്തശ്ശിയുടെ അഭിപ്രായം അവരെ നിരാശപ്പെടുത്തിയോ ആവോ. ഉത്തരം നിങ്ങൾ കരുതുന്നതല്ല മക്കളേ. വേറെയാണ്. എന്നാലും പാറുവിനെ അഭിനന്ദിക്കാതിരിക്കാനാവില്ല. മടിയിൽനിന്ന് ഒരുതുടുത്തുചുവന്ന നെല്ലിക്ക അവൾക്കു നല്കി.

ഡോൺ പറഞ്ഞു ടെൻഷൻ പിടിപ്പിക്കല്ലേ മുത്തശ്ശി ഉത്തരം പറയണം. എന്തെര് പെൻഷനെടേ എനിക്കു പെൻഷനൊന്നുമില്ല. വീണ്ടും കൂട്ടച്ചിരി തന്നെ! മുത്തശ്ശിയുടെ ഇംഗ്ലീഷ് മക്കളുടെ ഇംഗ്ലീഷ് ഏതാ ശരി എന്നായി കൃഷിപ്പണിക്കാർ! മുത്തശ്ശി ഒരു പൊതി നിവർത്തി ഒരു ചെറിയ കത്തി പുറത്തെടുത്തു. കറകേറിയതെങ്കിലും മിനുമിനുപ്പുള്ള വായ്ത്തല വെളിച്ചത്തിൽ തിളങ്ങി. രണ്ടുണ്ട് കാര്യം. ഒന്ന് പാക്കും പുകയിലയും മുറിക്കാൻ. മറ്റൊന്നെന്താ. മുത്തശ്ശീ സൈനയുടേതായിരുന്നു ചോദ്യം. കൃഷിസ്ഥലത്തുനിന്നും കിട്ടുന്നതൊക്കെ കണ്ടിച്ചും മുറിച്ചും തിന്നാൻ മുത്തശ്ശിയുടെ അഭിപ്രായം സുഖകരമായി എല്ലാവർക്കും തോന്നി.

എന്താണ് വിഭവമെന്നറിയാൻ എല്ലാവരും ആശിച്ചു. പാർവ്വതി അങ്ങനെ ചോദിക്കുകയും ചെയ്തു. പച്ചയും പഴുത്തതുമായി പലതുമുണ്ട്. 'ചെടി മേൽക്കായ കായമേൽച്ചെടി.' കുലുകുലുക്കൊമ്പത്തെ രസക്കുടുക്ക. 'പന്തിനുള്ളിൽപ്പെട്ടി'. അതിനുള്ളിൽ കുട്ടി. 'പെട്ടിപെട്ടകം പണ്ടാരപ്പെട്ടകം, പെട്ടിതുറന്നാലെന്തു രസം', 'പച്ചപ്പലക കൊട്ടാരത്തിൽ പത്തും നൂറും കൊട്ടത്തേങ്ങ', 'ചുകന്നതു തിന്നു വെളുത്തതു തുപ്പി.'

എന്തെല്ലാം തിന്നാവുന്നതെന്നും ഏതെല്ലാം അല്ലാത്തതെന്നും തിരിച്ചറിയാനാവാതെ അക്ഷരാർത്ഥത്തിൽ അവർ കുഴങ്ങി. മുത്തശ്ശീ വിശക്കുന്നു. പറഞ്ഞുതീർന്നതും മുത്തച്ഛൻ ഒരു പാളനിറയെ മാങ്ങയും അയനിച്ചക്കയും പൈനാപ്പിളും പപ്പായയുമായി വന്നു. മുത്തശ്ശി ചോദിച്ചു എന്റെ കത്തിയെന്തിനെന്നു മനസ്സിലായോ? മാങ്ങാ മുറിച്ച് ഓരോ കഷണം എല്ലാവർക്കും നല്കി. നിറം വച്ചു വരുന്ന പപ്പായ ചെത്തിമിനുക്കി നുറുക്കി എല്ലാവർക്കും ഓരോ ചീന്തു നല്കി. പുറത്താകെ മുള്ളുള്ള ചെറിയൊരുതരം ചക്ക. എന്തെന്ന് അമ്മുവിനും

പാർവ്വതിക്കും മനസ്സിലായി. സൈന ഞെട്ടിൽത്തൂങ്ങിയെടുത്തതും പുറംതോട് പോയി. പൂഞ്ചു നിറയെ സ്വർണ്ണനിറത്തിലുള്ള പഴുത്ത രസക്കുടുക്കകൾ ഒന്നെടുത്തു നാവലിയിച്ചു ഡോൺ മൂന്നാലെണ്ണം അകത്താക്കി. കുരു തുപ്പണേ ഡോണൂ. അല്ലെങ്കിൽ വയറ്റിൽ അയണിമരം വളരും. അങ്ങനെ അയണിച്ചക്കയെന്തെന്നും അവർ മനസ്സിലാക്കി.

വേലിപ്പടർപ്പിലെ പച്ചിലക്കൂട്ടത്തിൽനിന്ന് പക്ഷികൾ പറ

ന്നു. അണ്ണാൻ, കുരങ്ങ്, ഓന്ത് തുടങ്ങി പലതും അങ്ങോട്ടുമി ങ്ങോട്ടും പോയൊളിച്ചു. മനോഹരമായിപ്പാടിക്കൊണ്ടൊരു കുയിൽ തോട്ടത്തിനുള്ളിലെവിടെയോ പറന്നു. കാറ്റ് മെല്ലെ വീശി. പൂച്ച ഊർന്നിറങ്ങി സൈനയ്ക്ക് സന്തോഷം അടക്കാ നായില്ല. പാറുവും അമ്മുവും ആനന്ദനൃത്തം തിമിർത്തു. ഇത്രയും വിശാലവും സമൃദ്ധവും കായ്ഫലങ്ങൾ നിറഞ്ഞതു മായ ഒരു കൃഷിസ്ഥലം അവരെല്ലാം ആദ്യമായിട്ടാണ് കാണു ന്നത്. അച്ഛന്റെ കൃഷിസ്ഥലം ഇടയ്ക്കിടെ സന്ദർശിക്കുന്ന പാർവ്വതിയും ഇതിന്റെ വിശാലതയിൽ അമ്പരന്നു!

14

കടങ്കഥപ്പത്തായം

മൂത്തും പഴുത്തും കായ്കനികൾ ജലസമൃദ്ധമായ കുളം, പമ്പ്സെറ്റ് തുള്ളി തുള്ളിയായി വീഴുന്ന ജലകണങ്ങൾ, കറങ്ങിച്ചീറ്റുന്ന ജലധാരകൾ, കൺകുളിരുന്ന കാഴ്ചകൾ! മുത്തച്ഛൻ എത്തി. നൂതന കൃഷിരീതികളും പരമ്പരാഗത രീതികളും കുട്ടികൾക്കായി വിശദീകരിച്ചു. കമ്പോസ്റ്റുണ്ടാക്കുന്ന വിധം, ജൈവകീടങ്ങളെ വളർത്തുന്നവിധം മണ്ണിരക്കമ്പോസ്റ്റ് കൂട്ടത്തിൽ ഡ്രിപ്പ് ഇറിഗേഷൻ എല്ലാം. ഡ്രിപ്പ് ഇറിഗേഷൻ വിശദീകരിച്ച മുത്തച്ഛൻ വെള്ളം സംഭരിക്കേണ്ടതിന്റെയും സംരക്ഷിക്കേണ്ടതിന്റെയും അത്യാവശ്യവും വിശദീകരിച്ചുകൊടുത്തു. ഒട്ടും സമയം പാഴാക്കാനില്ലെന്ന അറിയിപ്പോടെ മുത്തച്ഛൻ കൃഷിപ്പണിയിൽ മുഴുകി.

മുത്തശ്ശി നല്ല മനസ്സിലാണ്, എപ്പോഴും അങ്ങനെതന്നെ, എന്നാലും കൃഷി മേഖലയിലെത്തിയപ്പോൾ മുത്തച്ഛന്റെ അദ്ധ്വാനശീലം പുകഴ്ത്താതിരിക്കാനായില്ല. ഒപ്പം കാർഷിക വിഭവങ്ങൾ പരിചയപ്പെടുത്തിക്കൊണ്ട് കടങ്കഥയുടെ അടുത്ത കെട്ടു മഴിച്ചിട്ടു. കായ്ഫലങ്ങളിൽ ഒരെണ്ണം കൈയിൽ താങ്ങി മുത്തശ്ശി പറഞ്ഞു തുടങ്ങി. എരിശ്ശേരി, പുളിശ്ശേരി, സാമ്പാർ, കിച്ചടി, പച്ചടി എല്ലാത്തിനും കേമൻ. സൈനു പറഞ്ഞു. 'കാള കിടക്കും കയറോടും' തുടർന്ന്, 'അങ്ങു കിടക്കണ മന്തൻകാള

യ്ക്കൊത്തറ നീണ്ട മുടിക്കയർ' എന്നും 'കൊച്ചിയിൽ വിതച്ചത് കൊല്ലത്തു കായ്ച്ചു' 'ഇവനൊരു വട്ടിവയറനാണ്.' എന്നെല്ലാം പറഞ്ഞ് മത്തനെക്കുറിച്ചുള്ള ഒട്ടധികം കടങ്കഥകൾ പറഞ്ഞു. വെള്ളരിക്കും ഇതിൽ പലതും ശരിയായി വരുമെന്നും കൂട്ടി ച്ചേർത്തു.

മരംനിറയെ പടർന്നുകയറിയ കുരുമുളകുവള്ളി അതിലെ കായകൾ ചൂണ്ടിക്കാട്ടി മുത്തശ്ശി പറഞ്ഞു. 'അകത്തു തിരി തെറുത്തുപുറത്തു മുട്ടയിട്ടു' ആലോചനാമൃതമായ ആ കടങ്ക ഥയിൽ തിരിയും മുട്ടയും എത്ര മനോഹരമെന്നു എല്ലാവർക്കും പെട്ടെന്നു ബോദ്ധ്യമായി. എത്ര ഭാവനാപൂർണ്ണമായ കണ്ടെത്ത ലുകളാണവയെന്ന് മനസ്സിലാക്കാത്തവർ ഇന്നുമുണ്ടെന്ന വസ്തുതയും മുത്തശ്ശി ഓർമ്മിപ്പിച്ചു. നമ്മുടെ പൂർവ്വികർ കണ്ടു

കണ്ടുപോയ ഒട്ടേറെ സാധനങ്ങളെ, അനുഭവിച്ചറിഞ്ഞ യാഥാർത്ഥ്യങ്ങളെ പ്രകൃതി കനിഞ്ഞ ഉല്പന്നങ്ങളെ എല്ലാം കടങ്കഥ ചിമിഴിലൊതുക്കിയിട്ടുണ്ടെന്ന മുത്തശ്ശിയുടെ വിവരണവും കുട്ടികൾക്ക് ഏറെ ഇഷ്ടമായി.

എന്താ നിങ്ങളൊന്നും പറയാത്തത്. കടങ്കഥ പുതിയതൊന്നും പഠിക്കാതിരിക്കാൻ സാദ്ധ്യതയില്ലല്ലോ പാറേ അമ്മൂട്ട്യേ ഡോണൂ, കൊച്ചുസൈനേ തട്ടിവിടീൻ പുതിയ കടങ്കഥകൾ. സ്കൂളിൽ പഠിച്ചതും എഴുതി വച്ചതും ഒക്കെ മണിമണിയായിപ്പോരട്ടെ.

രണ്ടടി മുമ്പോട്ടു വച്ചതേയുള്ളൂ. മത്തപ്പൂക്കളിൽ വണ്ടുകളും തേൻതുമ്പികളും തേനുണ്ണുന്നു. കുടപോലുള്ള പൂവിനകത്തുകയറി പൂമ്പൊടിയിൽ മുങ്ങിയ തേനീച്ചകൾ മഞ്ഞനിറത്തിലായതും അവർ ശ്രദ്ധിച്ചു. അകത്തിറങ്ങുന്ന വണ്ടുകളും അല്പനേരം തേൻകുടത്തിൽ ആണ്ടുമുങ്ങിയതായി അവർക്കു മനസ്സിലായി!

'അറയ്ക്കുള്ളിൽ പെരുമ്പട'യുണ്ട് സൂക്ഷിക്കണം. അവർ യുദ്ധത്തിനിറങ്ങും ഒന്നിച്ചായാൽ എതിരിടാനാവില്ല. കേട്ടമാത്രയിൽ സൈന മുത്തശ്ശിയെ ചുറ്റിപ്പിടിച്ചു. എനിക്കു പേടിയാവുന്നു. യുദ്ധം എനിക്കു പേടിയാ. ടീവീലതു കാണുമ്പം ഞാൻ കരയും. ആളുകൾ ചാവുന്നതും രക്തത്തിൽ കുളിച്ചോടുന്നതും അയ്യോ എനിക്കു സഹിച്ചുകൂടാ എന്നായി പാറു. അയ്യോ ഇതങ്ങനെയുള്ള യുദ്ധമൊന്നുമല്ല ഞങ്ങളല്ലാവരുമില്ലേ. മുത്തശ്ശി തേനീച്ചയെക്കുറിച്ചല്ലേ പറഞ്ഞത് എന്ന് ഡോൺ ചോദിച്ചപ്പോൾ എടാ കുന്നിമണീ നീ അറിഞ്ഞോണ്ടു മിണ്ടാതിരുന്നതാണല്ലേ. 'പച്ചോള്ളത്തിൽ കുളിക്കരുത് മിടുക്കാ' 'അടിക്കു കൊടുത്താൽ മുടിക്കു പിടിക്കും' എന്നായി പാർവ്വതി. ഇവൾ ആരെ അടിക്കുമെന്നാ മുത്തശ്ശീന്നായി അമ്മു. എടാ ഡോണൂ നീ ശ്രദ്ധിച്ചു കണ്ടുപിടി. ഈ പറഞ്ഞതും ഇനി പറയാൻ പോണതും ഇതിനുള്ളിലെ വിഭവങ്ങളാണ്. ഓഹോ! എന്നാലേ അത് തെങ്ങാണ് അല്ല, കവുങ്ങാണ്. മിടുക്കൻ രണ്ടും ശരി. കൂട്ടച്ചിരി വീണ്ടും മുത്തശ്ശി ഓർമ്മിപ്പിച്ചു. ചോദ്യം പലത് ഉത്തരം ഒന്ന്. നെല്ലിക്കായുമായി മുത്തച്ഛനെത്തി. 'മൂത്തവർ വാക്കും മുതുനെല്ലിക്കയും ആദ്യം കയ്ക്കും പിന്നെ മധുരിക്കും'

എന്നായി മുത്തശ്ശി. അതിന്റെ സാരോപദേശം കുട്ടികൾക്ക് വിശദമാക്കിയത് തിരക്കിനിടയിലും മുത്തച്ഛൻ തന്നെയായിരുന്നു. മുത്തശ്ശി പറഞ്ഞു, മക്കളെ മുത്തച്ഛനെ തോല്പിക്കാനാവില്ല. കടങ്കഥപ്പത്തായമാണ്. പത്തായം മുത്തച്ഛൻ തലയിൽ കെട്ടിയതോർത്തുമുണ്ട് ഒന്ന് കുടഞ്ഞ് ഒപ്പം അറിയാതെ ഒന്ന് ചിരിച്ചും പോയി. വയറു കുലുക്കിയുള്ള ആ ചിരി കണ്ടപ്പോൾ സൈന പറഞ്ഞു,. പത്തായം പത്തായം.

'എടീ കുറുമ്പീ നിന്നെ ഞാൻ ഇപ്പോൾ ഈ പത്തായത്തിലാക്കും' എന്നു പറഞ്ഞു വാരിപ്പുണർന്നു. വീണ്ടും കാഴ്ചകൾ കാണാൻ യാത്ര തുടങ്ങി. 'അങ്കോം കാണാം താളീമൊടിക്കാം' എന്നായി മുത്തശ്ശി. അതിന്റെ പൊരുൾ കുട്ടികൾക്ക് മനസ്സിലായില്ല. "കൃഷിയിടവും കാണാം തിന്നും കുടിച്ചും നടക്കേമാവാം" എന്നുദ്ദേശിച്ച് പറഞ്ഞതാണ്, ഒരു ചൊല്ല്.

15

വീശാമിരിക്കാം കുടയായ്പിടിക്കാം

എന്തൊക്കെയാണ് മുത്തശ്ശി കൃഷി ചെയ്തിട്ടുള്ളത്. എനിക്ക് ഒരു പ്രോജക്ട് തയ്യാറാക്കേണ്ടതുണ്ട്. മുത്തശ്ശി എല്ലാം പറഞ്ഞു തരണേ. അതിനെന്താ അമ്മൂട്ടി ശ്രദ്ധിച്ചു. കേട്ടോ ആ വായിൽനിന്നും പറപറോന്ന് കടങ്കഥകൾ ഊർന്നിറങ്ങി.

'അടിയിൽ വട്ടക്കിണ്ണം മേലെപ്പച്ചപ്പന്തൽ'

'അടി തളിക, നടു വടി, മേൽക്കുട'

'അരിപിരി അരിപിരി അരിപിരി വള്ളി'

'വള്ളിയിലായിരം പല്ലിമുട്ട'

'ആദ്യം പൊന്തിപ്പൊന്തി പിന്നെ തൂങ്ങിത്തൂങ്ങി'

പച്ചിലകളിൽനിന്നും പുഴുക്കളെ പിടിച്ചുകൊന്നും ചുവട്ടിലെ മണ്ണു പോയതു കാൽകൊണ്ട് നീക്കിയും പുല്ലുകൾ പിഴുതുമാറ്റിയും മുത്തച്ഛൻ ഒപ്പം നടന്നു തുടങ്ങി. 'കയ്പ്പുണ്ട്. കാഞ്ഞിരമല്ല. മുള്ളുണ്ട് മുരുക്കല്ല. വാലുണ്ട് പാമ്പല്ല.' 'കാലുകൊണ്ട് വെള്ളം കുടിച്ച് തലകൊണ്ട് വെള്ളം കുടിച്ച് കൈയിന് കോലു വായിന് കൽക്കണ്ടം'. മുത്തച്ഛൻ കടങ്കഥകൊണ്ടുള്ള വെടിക്കെട്ടുതന്നെ തീർത്തു. കുട്ടികൾ ആവേശഭരിതരായി നടന്നുനീങ്ങി. ഇതിനിടയിൽ മുത്തശ്ശി ഒരു കരിമ്പ് വെട്ടി തോട് പൊളിച്ച് കഷണങ്ങളാക്കി കുഞ്ഞുങ്ങൾക്ക് നല്കി. നാവലി

യുന്ന മധുരത്താൽ എല്ലാവരും മതിമറന്നു. മുത്തച്ഛന്റെ കടങ്കഥയ്ക്കോ മുത്തശ്ശി തന്ന കരിമ്പിനോ കൂടുതൽ മധുരമെന്ന് സംശയമായി.

സമ്പന്നമായ കൃഷിയിടത്തിൽ വാഴക്കുലകളും പപ്പായയും കൂർക്കയും ചേമ്പും കുരുമുളകും മരച്ചീനിയും കവുങ്ങും തെങ്ങുമെല്ലാമായി സമൃദ്ധിയുടെ പച്ചപ്പിൽ കുട്ടികൾ രസിച്ചു മുന്നേറി. മുത്തശ്ശിയുടെ മനസ്സിൽ പഴയ കാലത്തിന്റെ ഓർമ്മയായി ഞാറ്റുപാട്ട് കടന്നുവന്നു. കുട്ടികൾ അതിന് കൈത്താളമിട്ടു. മുത്തശ്ശി പറഞ്ഞുകൊടുത്ത വായ്ത്താരികളിൽ കൃഷിപ്പാടം ചലനാത്മകമായി. മുത്തച്ഛന്റെ സന്തോഷത്തിനും അതിരില്ലായിരുന്നു. മുത്തച്ഛൻ കുട്ടികളുടെ ക്ഷീണം തീർക്കാനായി ഒരു സാധനം കണ്ടു വച്ചിട്ടുണ്ടെന്നും അത് കണ്ടെത്തുന്നവർക്ക് സമ്മാനമുണ്ടെന്നും അറിയിച്ചു. അതെന്തെന്നറിയാൻ കുട്ടികൾ ഉത്സാഹം കാട്ടി. മുത്തച്ഛൻ പറഞ്ഞതിങ്ങനെ.

'വെളുവെളെയുള്ളൊരു പലഹാരം
തെളുതെളെയുള്ളൊരു പാനീയം
രണ്ടുമിരിപ്പതൊരേ പാത്രത്തിൽ' കുട്ടികൾ ചുറ്റുംനോക്കി. പലരും അപ്പവും ചായയും എന്നും ദോശയും ചായയുമെന്നും ഒക്കെ പറഞ്ഞു. മുത്തച്ഛന്റെ 'ക്ലൂ' അല്പംകൂടി ആശ്വാസം നല്കാനുതകുംവണ്ണമായിരുന്നു. മേലോട്ടു നോക്കിയാൽ കാണാം. ആകാശം കാണാനാവാത്തവണ്ണം ഓലവീശി നില്ക്കുന്ന തെങ്ങും കവുങ്ങും അവർക്ക് ചില സൂചനകൾ നല്കി. ഇളനീരെന്ന ഉത്തരം ആരും പറഞ്ഞില്ല. ഒടുവിൽ മുത്തശ്ശിയാണ് ഡോണിന് പറഞ്ഞുകൊടുത്തത്. അത് മുത്തച്ഛൻ കേട്ടു. ഒരു കള്ളച്ചിരിയിൽ മുത്തശ്ശി കുറുമ്പ് ഒതുക്കി.

നിമിഷങ്ങൾക്കകംതന്നെ ചെത്തിക്കൂർപ്പിച്ച ഇളനീരുമായി മുത്തച്ഛന്റെ തൊഴിലാളി കൂട്ടുകാരെത്തി. എല്ലാവർക്കും ഓരോ ഇളനീർ. സൈനയുടെ ചോദ്യം എല്ലാവരെയും അമ്പരപ്പിച്ചു. 'ഡ്രോ' ഇല്ലേ മുത്തച്ഛാ? എന്താണ് 'ഡ്രോ' എന്നവർ ശങ്കിച്ചു. അവൾ ഒരു ക്ലൂ നല്കി. മരിച്ചീനിത്തണ്ടൊടിച്ച് വെട്ടിയ ഭാഗ

ത്തിട്ടു മേലോട്ട് വലിച്ചു കാണിച്ചു. കൂട്ടച്ചിരിക്കുള്ളിൽ സംഗതി എന്തെന്നെല്ലാവരും മനസ്സിലാക്കി. വെട്ടിയ ഭാഗം ചരിച്ച് മുത്തശ്ശി അവളുടെ വായിൽ മധുരിക്കുന്ന പാനീയം പകർന്നു കൊടുത്തു. ഉടൻതന്നെ കരിക്ക് കുഴമ്പു രൂപത്തിലാക്കി ഓരോ രുത്തരെയും ഏല്പിച്ചു. അകം കുളിർപ്പിച്ച ഇളനീർ മധുരവും രുചിയും അവരെ തെല്ലൊന്നുമല്ല സന്തോഷിപ്പിച്ചത്. വിശപ്പും ക്ഷീണവും തീർന്ന് അവർ തെങ്ങോലത്തണലിൽ തന്നെ വിശ്ര മിച്ചു! മുത്തച്ഛൻ മറ്റൊരു കടങ്കഥയിലൂടെ നാളികേരത്തെയും പരിചയപ്പെടുത്തി.

'വെള്ളമുണ്ട്, വെള്ളിയുണ്ട്, കുടമുണ്ട്, കാടുമുണ്ട്' മുത്ത ശ്ശിയുടെ വകയായി ഒന്നുമില്ലേ എന്നു സംശയിച്ചിരുന്നപ്പോൾ വന്നു പുതിയ ഒന്ന്. അതും തേങ്ങതന്നെയെന്ന് കുട്ടികൾക്ക് പെട്ടെന്ന് മനസ്സിലായി! പറഞ്ഞിട്ടും പറഞ്ഞിട്ടും തീരാത്ത കഥ യായി കടങ്കഥ നീണ്ടു. 'പുറംപൊന്തം പൊന്തം, അകം പഞ്ഞി ക്കെട്ട്, അതിനുള്ളിൽ പാറക്കെട്ട്, അതിനുമുള്ളിൽ വെള്ളക്കെട്ട് – ഇങ്ങനെ നാളികേരവിശേഷങ്ങൾ പടർന്നു പരന്നു.

കൃഷിയിടത്തിലെത്തുമ്പോൾ മുത്തച്ഛന് പറമ്പിലെ വിഭ വങ്ങൾതന്നെ ഭക്ഷണം. ചുട്ടെടുത്തും പച്ചയായും പുഴുങ്ങിയും കഴിക്കും. തോട്ടത്തിലുള്ള വീട്ടിൽ ആഹാരം പാകം ചെയ്യാനും വിശ്രമിക്കാനും ഒന്നുറങ്ങാനും രാപാർക്കാനും സൗകര്യങ്ങൾ ഉണ്ട്.

അതിന്റെ വിശാലമായ വരാന്തയിൽ കൂട്ടിയിട്ടിരിക്കുന്ന നാളികേരവും ധാന്യങ്ങളും കുട്ടികളിൽ അതിശയമുളവാക്കി. ഉഴുന്ന്, എള്ള്, പയർ, കാച്ചിൽ, ചേന, ചേമ്പ് എന്നുവേണ്ട ഏതേ തെല്ലാം ഇനങ്ങളാണവിടെമാകെ നിറഞ്ഞുകിടക്കുന്നത്. ഒപ്പം മുത്തച്ഛന്റെ 'ചാരുകസേരയും' സമീപത്തിരുന്ന 'പാള വിശറി'യെടുത്ത് സൈനു ഒന്നു വീശി നോക്കി നല്ല കാറ്റ് വീശ മിരിക്കാം കുടയായ് പിടിക്കാം.

മേശപ്പുറത്തങ്ങഴകോടു വയ്ക്കാം
നായെത്തടുക്കാമരികൊണ്ട് പോകാം.'

എന്ന് മുത്തശ്ശി ഈണത്തിൽപ്പറഞ്ഞത് പാളവിശ

റിയെക്കുറിച്ചുതന്നെയായിരുന്നു. എല്ലാവർക്കും കാഴ്ചകൾ ഇഷ്ടപ്പെട്ടു. ഇനി വിശ്രമം. ചിലരൊക്കെ ഒന്നു മയങ്ങി. മുത്തശ്ശി മുത്തച്ഛനോടൊപ്പം കൃഷിയിടങ്ങൾ ചുറ്റിനടന്നു. നാണിയമ്മേ ഞാനിവിടെയുണ്ട് എന്നാരോ പറഞ്ഞതായി മുത്തശ്ശിക്കു തോന്നി. മുത്തശ്ശി പരിസരമാകെ കണ്ണോടിച്ചു.

'തിരിതെറുത്ത് തിരിക്കകെത്ത് മുട്ടയിട്ടി'രിക്കുന്നവളാണ് കൂട്ടുകാരിയെന്നു മനസ്സിലായി. മുത്തശ്ശ്യമ്മേ ഞങ്ങൾ പലരുമിവിടെത്തന്നെയുണ്ട്. പല ഭാഗത്തായിനിന്ന് പച്ചക്കറികളും ധാന്യങ്ങളും വിളിക്കുന്നതായി മുത്തശ്ശിക്കു തോന്നി.

16

ബോളെക്രീം, ബോളെക്രീം

മേലാകെമുള്ളനും വട്ടിവയറനും ചാരത്തിൽ മൂത്താനും ശൗര്യക്കാരനായ ഇബ്രിക്കുഞ്ഞനും ഒക്കെയുണ്ടായിരുന്നു കൂട്ടത്തിൽ. മുത്തശ്ശിക്കു ബഹുസന്തോഷമായി. മുത്തച്ഛൻ കൃഷിയിൽ പണ്ടേ തല്പരനാണെന്നതു കുഞ്ഞുങ്ങൾക്കു പുതിയ അറിവാണ്. അവർ ഉണ്ണുന്നു ഉറങ്ങുന്നു. ഗ്രാമത്തിന്റെ ഐശ്വര്യം ഏതെല്ലാം വിധമെന്നവരറിയുന്നില്ല. തിരിച്ചറിയാനായി പ്രായമായവർപോലും ശ്രമിക്കുന്നില്ല. മുത്തശ്ശിയുടെ അഭ്യസ്തവിദ്യനായ ഒരു ചെറുമകൻ ഈയിടെ വന്നിട്ട് ഉഴുന്ന് എന്ന ധാന്യം ചുവട്ടിൽ നിന്നാണോ മുകളിൽ നിന്നാണോ കിട്ടുന്നത് എന്നുവരെ ചോദിച്ചുകളഞ്ഞത്രേ. മറ്റു രണ്ടുപേർ തോട്ടത്തിലൊക്കെ ചുറ്റി. കുക്കുമ്പറെന്നും ലേഡീസ് ഫിംഗറെന്നും മറ്റും പറഞ്ഞു അതെന്തെന്നു ചോദിച്ചപ്പോൾ ചൂണ്ടിക്കാട്ടി. അവർക്ക് മത്തനും മുരിങ്ങക്കായും വഴുതിനയും അറിഞ്ഞുകൂടാ. കണിയൊരുക്കി കൺതുറപ്പിക്കുമ്പോഴും വിഭവങ്ങൾ എന്തെന്നവർ അറിയുന്നില്ല. മുത്തശ്ശിക്ക് സഹതാപവും ചിലപ്പോഴൊക്കെ സങ്കടവും വന്നു. പറമ്പെല്ലാം ചുറ്റിത്തീരും മുമ്പ്തന്നെ ഉണർന്നവർ ഓരോരുത്തരായി മുത്തശ്ശിയെത്തേടിയെത്തിക്കഴിഞ്ഞിരുന്നു. ഡോണും സൈനയുമാണ് തണൽവിരിച്ച വഴിയിലൂടെ ഓടിയെത്തിയത്.

മുത്തശ്ശിയുടെ പറമ്പിലെ കൗതുകകരമായ കാഴ്ചകൾ

കാർഷികവിഭവങ്ങളുടെ ഒരു പുതിയലോകം തന്നെ അവർക്കു കാണിച്ചുകൊടുത്തു. മുത്തശ്ശി നില്ക്കുന്ന തണൽവിരിച്ച പ്ലാവിന്റെ മുകളിലായി കാക്കകൾ വിശ്രമിക്കുന്നു. പഴുത്ത ചക്കയിൽ അണ്ണാറക്കണ്ണൻ പഴം തിന്നുന്നു. ഇടയ്ക്കിടയ്ക്ക് അതിലുണ്ടാക്കിയ കുഴിയിലിറങ്ങി ചക്കപ്പഴം കഴിക്കുമ്പോൾ അവന്റെ വാൽ മാത്രമായിരുന്നു പുറത്തുകാണാൻ കഴിഞ്ഞിരുന്നത്. മറ്റു ചിലപ്പോൾ തലയാവും പുറത്തു കാണുക. മുത്തശ്ശിക്കോ മുത്തച്ഛനോ ഇതിൽ പരിഭവമൊന്നുമില്ല. കാരണം, ഇവിടുത്തെ വിഭവം എല്ലാവർക്കുമുള്ളതാണെന്നാണ് ഇരുവരും വിശ്വസിച്ചിരുന്നത്.

മുത്തച്ഛൻ ഡോണിനും സൈനയ്ക്കുമായി ഒരു വലിയ ആഞ്ഞിലിമരം കാട്ടിക്കൊടുത്തിട്ടു പറഞ്ഞു ഇതു ഞാൻ നട്ടു വളർത്തിയതല്ല അണ്ണാറക്കണ്ണനോ വാവലോ മറ്റേതോ കിളിയോ മുത്തച്ഛനു സമ്മാനിച്ചതാണ്. ഒരു ചെറിയ ചെടിയായി കിളിർത്തു. ഒരു പരിചരണവുമില്ലാതെ വളർന്നു ഇതിന്റെ പ്രവചനത്തിനു സഹായിച്ചവർ മേല്പറഞ്ഞവർ ആരോ ആണ്. പ്രകൃതി പച്ചപ്പു നിലനിർത്തുന്നതിൽ വലിയ പങ്കാണ് വഹിക്കുന്നത്.

ഈ വിവരണം തീരുംമുമ്പുതന്നെ അണ്ണാറക്കണ്ണൻ ഒരു പഴുത്ത ചുളയും കൊത്തി മറുചില്ല ചാടിപ്പോകുന്നതാണവർ കണ്ടത്.

അണ്ണാറക്കണ്ണൻ പോയിക്കഴിഞ്ഞയുടൻ കാക്കകൾ അതിലെത്തി. ഇടയ്ക്കിടയ്ക്ക് ചക്കക്കുരു താഴെ വീഴുന്നതവരുടെ ശ്രദ്ധയിൽപ്പെട്ടു. പ്ലാഞ്ചുവട്ടിൽ നോക്കുമ്പോൾ കുരുത്തു തുടങ്ങിയതും ഇല വന്നതുമായ ധാരാളം പ്ലാവിൻതൈയവർക്കു കാണായി.

മാവിന്റെ ചില്ലകളിൽ കേസരിപ്പഴങ്ങൾ കണ്ട സൈന 'ബോളൈക്രീം ബോളയ്ക്രീം' എന്നുറക്കെ വിളിച്ചു പറഞ്ഞു. മുത്തശ്ശി ചിരിച്ചുനിന്നതല്ലാതെ ഒന്നും പറഞ്ഞില്ല. ഡോണിന് വലിയ ചിരിയാണു വന്നത്. അവൻ പറഞ്ഞു. 'എടീ മണ്ടീ അത് കേസരിക്കായാണ്. ഇതു പഞ്ചസാര ചേർത്ത് പൊട്ടിച്ചുകഴിക്കണം. എന്തൊരു രുചിയാണെന്നോ ഇന്നലെ ചേച്ചി സ്കൂളിൽനിന്നു വരുമ്പോൾ മൂന്നാലെണ്ണം കൊണ്ടുവന്നു. ഒരു

കൂട്ടുകാരി കൊടുത്തതായിരുന്നു. 'സർബത്തുങ്കാ' എന്നും പറയും!

ഇതു പറഞ്ഞു നില്ക്കുമ്പോൾത്തന്നെ ചില്ലകളിളക്കിയ കാറ്റു വന്നു രണ്ടു മൂന്ന് കായകൾ കൊഴിച്ചിട്ടു. ഇരുവരും ഓടിച്ചെന്നു സന്തോഷത്തോടെ എടുത്തു. അതിന്റെ നിറവും പുറന്തോടിന്റെ മിനുസവും സൈനയെ കൊതിപ്പിച്ചു.

17

ഇമ്പ്രിക്കുഞ്ഞൻ ശൗര്യക്കാരൻ

പ്ലാവിൽപ്പടർന്നു കയറിയ മറ്റുചില വള്ളികളും അവരുടെ കണ്ണിൽപ്പെട്ടു. ചോദ്യം പ്രതീക്ഷിച്ച മുത്തശ്ശിയുടെ നിഗമനം തെറ്റിയില്ല. മറ്റൊരു കായ അതിൽ കാണായി. സൈന വീണ്ടും കൈചൂണ്ടി ചോദിച്ചു. അപ്പോൾത്തന്നെ അമ്മുവും പാറുവും അവിടെ എത്തിയിരുന്നു. അമ്മു ഒരു കടങ്കഥ തട്ടിവിട്ടു. ഒരു പാട്ടുരീതിതന്നെ അതിനവലംബിച്ചു. 'ആരവനെന്നും കൂരവനെന്നും ഭസ്മം തേച്ചു നടപ്പവനെന്നും' എന്നായിരുന്നു. ആ കടങ്കഥ. ഇതു നേരത്തേ കണ്ടതാണെങ്കിലും കടങ്കഥ വേറെയായതുകൊണ്ട് ഡോണും സംഗതി മറന്നുപോയി. ഉടൻ വന്നു പാറുവിന്റെ ഉത്തരം 'കുമ്പളങ്ങ' എല്ലാവരും കൈയടിച്ചു കൃഷിത്തോട്ടം വീണ്ടും ഉണർന്നു. കുമ്പളങ്ങയുടെ ഗുണവിശേഷം വിവരിച്ച് മുത്തശ്ശി ചിലതെല്ലാം വിശദീകരിച്ചു. വീടിന്റെ മുമ്പിൽ ഇത് കെട്ടിയിരിക്കുന്ന കാഴ്ചയാണ് പാറുവിന് ഓർമ്മ വന്നത്. ഏറെക്കാലം കേടുകൂടാതിരിക്കുന്ന കട്ടിപ്പുറന്തോടുള്ള ജലാംശം കൂടുതലുള്ള ഫലമാണ് കുമ്പളങ്ങയെന്നും പച്ചടി കിച്ചടി പുളിശ്ശേരി സാമ്പാർ ഇവയിൽ മെച്ചപ്പെട്ട വിഭവമാണെന്നും കൂടി മുത്തശ്ശി വിവരിച്ചപ്പോൾ കുട്ടികൾ ആ കഴിവിൽ വീണ്ടും അത്ഭുതം കൂറി.

മരങ്ങളിൽ പടർന്നുകിടക്കുന്നത് 'ഇമ്പ്രിക്കുഞ്ഞൻ ശൗര്യക്കാര'നാണെന്ന് മുത്തശ്ശി പറഞ്ഞപ്പോൾ 'ഇത്തിരിക്കുഞ്ഞൻ

കുട്ട്യോളെക്കരയിച്ചു'വെന്നുമായിക്കൂടെ മുത്തശ്ശീന്ന് ഡോണും ചോദിച്ചു. 'എടാ ഡോണൂ കുസൃതിക്കുടുക്കേ നീ കേമൻ തന്നെടാ' എന്നായി മുത്തശ്ശിയുടെ പ്രശംസ.

എല്ലാവർക്കും ഉറങ്ങിയതിന്റെ ചടവ് പ്രകടമായിരുന്നു. മുത്തച്ഛനോടു ചോദിക്കാം. എന്താണ് തിന്നാൻ ലഭിക്കുകയെന്ന് അഭിപ്രായമാരായാൻ തുടങ്ങുമ്പോൾ നീണ്ട വാട്ടിയ ഇല യിൽപ്പൊതിഞ്ഞ വിഭവം ഓരോരുത്തർക്കും കിട്ടി. പൊതി നിവർക്കുമ്പോൾ കഷണങ്ങളായി മുറിച്ച ഒരു സാധനം അലു വയെന്നാണ് ചിലരെല്ലാം കരുതിയത്. പാകത്തിനുപ്പുചേർത്ത് പുഴുങ്ങിയെടുത്ത 'ചേമ്പിൻമുട്ട്'. തോടുകളഞ്ഞ് പാകപ്പെടുത്തി യതായിരുന്നു ആ വിഭവം. എല്ലാവരും അതു നന്നായി ഭക്ഷിച്ചു തൃപ്തരായി.

പുഴുക്കായും സാമ്പാറിലും അവിയലിലും കഷണങ്ങ ളായും വറുത്തുപ്പേരിയായും കഴിക്കാവുന്ന ചേമ്പ് എരിശ്ശേരിക്ക് ഏറ്റവും നല്ല കിഴങ്ങുവർഗ്ഗമാണെന്നുകൂടി മുത്തച്ഛൻ വിശദീ കരിച്ചു. ചേനയും ഇതേപോലെയെല്ലാം ഉപയോഗപ്പെടുത്താ വുന്നതാണെന്നു മുത്തശ്ശിയും കൂട്ടിച്ചേർത്തു. ചേനയെന്നു കേട്ട പ്പോൾ ഓരോരുത്തരും ഓരോ കടങ്കഥ ചേനയെക്കുറിച്ച് പറ യണമെന്നായി മുത്തച്ഛൻ. അടി തളിക നടുവടി മേൽ കൂട യെന്ന് സൈന പറഞ്ഞൊപ്പിച്ചു. ചില അക്ഷരങ്ങൾ വിട്ടുപോ യെങ്കിലും നടുവടി മേൽകുട എന്നിവ പ്രാസ ഭംഗിയോടെ തന്നെ അവൾ പറഞ്ഞു. 'അടി പാറ നടു തൂണ് തല തൂപ്പ്' എന്നായി ഡോൺ. അതിലും അക്ഷരങ്ങളുടെ ആവർത്തനം ഒരു സംഗീതാത്മകത കൈവരുത്തുന്നത് എല്ലാവരും ശ്രദ്ധി ച്ചു.

'അടിയിൽ വട്ടക്കിണ്ണം മേലെ പച്ചപ്പ്' എന്നായി അമ്മു. പാറു ഉണ്ടോ വിടുന്നു 'തണ്ടിൻ ചോട്ടിൽ ചിറ്റുള്ളി' എന്നായി അവൾ. ഇത്രയേറെ കടങ്കഥകളാണോ ചേനയെപ്പറ്റിയെന്നായി നാലുപേർക്കും സംശയം ഉടൻ വന്നു മുത്തശ്ശിയുടെ വക. 'നിലംകീറി കുട്ട്യുരുളിയെടുത്തു' എന്നായിരുന്നു. ആ കണ്ടെ ത്തൽ. എല്ലാം പറഞ്ഞുതീർന്നപ്പോൾ മുത്തച്ഛൻ ചോദിച്ചു എന്താ ചേനയുടെ ആകൃതി? വട്ടം, ഉരുളി, പാറ എന്നൊക്കെ യായി ഉത്തരം. മുത്തച്ഛൻ പറഞ്ഞു എല്ലാം ശരി. എന്നാലും

പൊതുവിൽ ചേനയ്ക്ക് വൃത്താകൃതിയാണ്. ആ പ്രസ്താവന എല്ലാവരും ശരിവച്ചു. 'മുത്തച്ഛന് ഒരു ക്ലാപ്പ്' അമ്മു പറഞ്ഞു. കൈയടിയുയർന്നു കൃഷിത്തോട്ടം വീണ്ടും ശബ്ദായമാനമായി. കൈയടി കേട്ടപ്പോൾ പല പല പക്ഷികളും മരങ്ങളിൽനിന്നും പറന്നകലുന്നതവർ കണ്ടു. കൂട്ടത്തിൽ പഞ്ഞിപോലെന്തോ പാറി അവരുടെ മുമ്പിലൂടെ നീങ്ങി. 'മുഖമില്ലാത്തപ്പന്നതാ പാറുന്നൊരു താടി' എന്നായി മുത്തശ്ശി. എല്ലാവരും നരച്ച താടിയുള്ള അപ്പൂപ്പനെ നോക്കി. അപ്പൂപ്പനാകട്ടെ പുഞ്ചിരിയുമായങ്ങനെ നിന്നു. അമ്മു അപ്പൂപ്പനെ ചൂണ്ടിപ്പറഞ്ഞു. 'അപ്പൂപ്പന്റെ താടി' അമ്പടി കേമീ നീ എന്നെ ഒന്നു ഞോണ്ടിയല്ലോ. അല്ലപ്പൂപ്പാ അപ്പൂപ്പൻ താടിയെന്നാണു ഞാൻ പറഞ്ഞത്. മുത്തശ്ശിക്കും മുത്തച്ഛനും അവളുടെ കുസൃതി ഇഷ്ടപ്പെട്ടു. കൂട്ടച്ചിരിക്കിടയിൽ 'അപ്പൂപ്പൻ താടി'യെന്ന ഉത്തരം മുത്തച്ഛൻ ശരിവച്ചു. എല്ലാവർക്കുമായി ഒരു പേരയ്ക്കാ മുറിച്ച് അപ്പൂപ്പൻ കൊടുത്തു. അതിന്റെ ഹൃദ്യമായ മണവും നാവലിയിക്കുന്ന രുചിയും എല്ലാവർക്കും ഒരുപോലെ ഇഷ്ടമായി.

18

വാവൽക്കെണി

മുത്തശ്ശി അടുത്തിടെ നടന്ന ഒരു സംഭവം കഥാരൂപത്തിൽ അവതരിപ്പിച്ചു. ഒരിക്കലൊരപ്പൂപ്പൻ വാവലിനെപ്പിടിക്കാൻ പോയ കഥ ഞാൻ മക്കൾക്കു പറഞ്ഞു തരാം കേട്ടോ. മുത്തച്ഛനെ ഇടയ്ക്കിടയ്ക്ക് മുത്തശ്ശി നോക്കി. മുത്തച്ഛന്റെ മുഖത്തൊരു ചമ്മലും ഒളികണ്ണിട്ടുള്ള നോട്ടവും എന്തോ സംഗതിയുണ്ടെന്നു കൂട്ടുകാർക്ക് മനസ്സിലായി.

മുത്തശ്ശി തുടർന്നു. ഇതുപോലൊരു പേരമരം. നിറയെ കായ്കൾ. പഴുക്കുമ്പോൾ ഒന്നും കിട്ടില്ല. മുത്തച്ഛന് ദേഷ്യം വന്നു. വവ്വാലാണിതു കക്കുന്നതെന്നു ബോദ്ധ്യം വന്ന മുത്തച്ഛൻ അവയെ കൈയോടെ പിടികൂടാൻ തീരുമാനിച്ചു. മുള്ളുമുരുക്കും തൊടലിമുള്ളും മുള്ളുള്ള മുളം ചുള്ളിയും പേരമരത്തിന്മേൽ വച്ചു കെട്ടി. അതെന്തിനാ മുത്തശ്ശി എന്നായി പാറുവിന്റെ ചോദ്യം. അതോ വാവലിന്റെ ചിറകിൽകൊണ്ട് അപകടം വരുമ്പോൾ കുരുങ്ങിക്കിടക്കുമെന്നും അപ്പോൾ അവയെ ശരിപ്പെടുത്താമെന്നുമുള്ള വിചാരമായിരുന്നു മുത്തച്ഛന്. മുത്തച്ഛൻ മുത്തച്ഛൻ എന്ന ആവർത്തനവും മുത്തശ്ശിയുടെ നോട്ടവുംകൂടി ആയപ്പോൾ അദ്ദേഹം ഒന്നു പരുങ്ങി. ഒടുവിലോ? ഓ, പിറ്റേന്നും പേരക്കായെല്ലാം ആരോ കട്ടെടുത്തു. ഒടുവിലാണ് അണ്ണാറക്കണ്ണനാണ് പ്രതിയെന്നു മനസ്സിലായത്.

കോപിഷ്ടനായ മുത്തച്ഛൻ കല്ലുകളെടുത്ത് എറി തുടങ്ങി. ഒരെണ്ണം ചില്ലയിൽക്കൊണ്ട് തിരികെ വന്ന് തലയിൽ വീണു. തലപൊട്ടി ചോരയൊലിച്ചു. അണ്ണാറക്കണ്ണനാവട്ടെ ചില്ലകളിൽനിന്നും ചില്ലകളിലേക്ക് ചാടി ചിലച്ചുകൊണ്ടോടിപ്പോയി. തന്നെക്കളിയാക്കുകയാണെന്നു കരുതിയ അപ്പൂപ്പൻ തലയിൽ കൈവയ്ക്കുമ്പോഴാണ് ചോര വാർന്നൊലിക്കുന്നത് കണ്ടത്. മുത്തശ്ശി കഥ നിർത്തുമ്പോൾ എന്തോ എടുക്കാൻ കുനിഞ്ഞ മുത്തച്ഛന്റെ തലയിലെ മുറിവിന്റെ അടയാളം കുട്ടികൾ കണ്ടു. മുത്തച്ഛനാണല്ലേ വാവലിനെപ്പിടിക്കാൻ പോയത് എന്നു ചോദിക്കാൻ സൈന മറന്നില്ല. കൂട്ടച്ചിരിയിൽ അപ്പൂപ്പനും പങ്കുചേർന്നു. അതു പഴയ കഥ. ഇപ്പോൾ ഞാനും അണ്ണാറക്കണ്ണന്മാരും വാവലുമൊക്കെ കൂട്ടുകാരാണ്. അവരാണ് നമ്മുടെ കൃഷിത്തോട്ടത്തിൽ വിവിധയിനം ചെടികളും മരങ്ങളും കൊണ്ടെത്തിച്ചു തരുന്നതും. അവരില്ലെങ്കിൽ ഈ കൃഷിയിടം ഇങ്ങനെയാവുമായിരുന്നില്ല. ഇതെല്ലാം കേട്ടിട്ടെന്നവണ്ണം ഒരണ്ണാറക്കണ്ണൻ ചിൽചിൽചിൽ എന്നു ദൂരെ മരക്കൊമ്പിൽ ചിലയ്ക്കുന്നതു കേൾക്കായി. "കേട്ടോ അവനിതെല്ലാം ഇഷ്ടവിനോദമാണ്. പ്രശംസ കേട്ടപ്പോൾ സന്തോഷമായി." മുത്തച്ഛനിപ്പോൾ തന്റെ തോട്ടത്തിലെ ജീവികളുടെ സുഖദുഃഖങ്ങളറിയാം. അവയുടെ ശബ്ദത്തിൽനിന്നും സന്തോഷമാണോ സങ്കടമാണോ പ്രകടമാക്കുന്നതെന്നറിയാം. തികച്ചും ഒരു പ്രകൃതിസ്നേഹിയും പരിസ്ഥിതി സ്നേഹിയുമാണ് മുത്തച്ഛനെന്ന് തന്റെ ഓരോ ഇടപെടലിലൂടെയും അദ്ദേഹം കൊച്ചുമക്കളെ ഓർമ്മിപ്പിച്ചുകൊണ്ടേയിരുന്നു.

19

ദേ പോയി, ദാ വന്നു

നേരം വൈകിയിരുന്നു. ഇനി തിരികെപ്പോകാമെന്നായി കുട്ടികൾ. മക്കളേ ഈ മുത്തച്ഛനെ വിശ്വസിക്കരുത്. മിക്കവാറും ഇവിടെ ഉറങ്ങുന്ന ആളാണ്. തന്റെ അദ്ധ്വാനത്തിന്റെ ഫലം കാണാനും തന്റെ വിയർപ്പിന്റെ വിഭവങ്ങൾ കണ്ടു സന്തോഷിക്കാനും അവയെ സന്താനങ്ങളെപ്പോലെ കാക്കാനും ശീലിച്ച മുത്തച്ഛൻ അങ്ങനെയാണ്.

തന്റെ കാവല്പുരയിൽ ഉറങ്ങിക്കളയും. ആഹാരത്തിനുള്ള വിഭവങ്ങളും പാകം ചെയ്യാനുള്ള സംവിധാനവും ഈ വീട്ടിൽത്തന്നെ തയ്യാറായിരുന്നു!

ഇന്നെന്തായാലും കുഞ്ഞുങ്ങൾക്കൊപ്പം കൂടാമെന്നുതന്നെയായിരുന്നു മുത്തച്ഛന്റെ തീരുമാനം. കുളത്തിനരികിൽച്ചെന്ന് കൈകാൽ കഴുകി ശുദ്ധമാക്കി പരിസരത്തുള്ള വാഴയും മറ്റു ധാന്യങ്ങളും കൺകുളിർക്കെക്കണ്ട് പോയിവരട്ടേ മക്കളേ എന്ന ഭാവത്തിൽ തൊട്ടുതലോടി മുത്തച്ഛൻ സംഘത്തിൽച്ചേർന്നു.

കുട്ടികൾ തോട്ടത്തിൽവന്ന വഴിയിലൂടെയായിരുന്നില്ല പുറത്തേക്കുള്ള യാത്ര. അത്ര വിശാലമായിരുന്നു ആ കൃഷിത്തോട്ടം. ഇളംകാറ്റിൽ ചെറിയ തണുപ്പ് അനുഭവപ്പെട്ടിരുന്നു. അതാകട്ടെ കുട്ടികളെ ഏറെ ഉന്മേഷമുള്ളവരാക്കിത്തീർത്തു.

'ആരും കാണാതെ വരും ആരും കാണാതെപോവും' കള്ളന്മാരുണ്ടോ മുത്തശ്ശീ ആരെക്കുറിച്ചാണ് മുത്തച്ഛൻ പറയുന്ന

ത്. 'അത് അണ്ണാറക്കണ്ണനെക്കുറിച്ചാവും അല്ലേ മുത്തച്ഛാ' എന്ന അമ്മുവിന്റെ കുസൃതികലർന്ന ചോദ്യം കേട്ട് മുത്തശ്ശി കുടുകുടെച്ചിരിച്ചു. എന്നിട്ടു ഉത്തരം അവിടുന്നുതന്നെവന്നു. അതേ ഈ കാറ്റിനെക്കുറിച്ച് മുത്തച്ഛൻ സൂചിപ്പിച്ചതാണ്. കാറ്റിനെക്കുറിച്ചു പറഞ്ഞപ്പോൾ വേറെ കടങ്കഥ പറഞ്ഞുതരൂ മുത്തശ്ശീന്നായി പാർവ്വതി.

'എങ്ങുംതിങ്ങി നടക്കും ആർക്കും പിടികൊടുക്കില്ല' എന്നായി മുത്തശ്ശി. 'കാണാത്തോൻ കൊള്ളുമ്പോൾ കൊള്ളുന്നോർക്കാർക്കാനന്ദ'മെന്ന് മുത്തച്ഛൻ. 'കാലില്ലെങ്കിലും കണ്ണില്ലെങ്കിലും നാടാകെയോടും' എന്നും മുത്തശ്ശി. 'ദേ പോയി ദാ വന്നു' എന്നു മുത്തച്ഛൻ.

കോടീശ്വരനെന്നായി സൈന. സുരേഷ്ഗോപിയങ്കിൾ വീണ്ടും വന്നുവെന്നായി ഡോണു. അതൊന്നുമല്ല അതും കാറ്റു തന്നെ എന്ന് അമ്മു. 'നില്ക്കാതെ വന്നു നില്ക്കാതെ പോയി.' എന്നു മുത്തശ്ശി. മുത്തച്ഛനും മുത്തശ്ശിയും തമ്മിൽ പൊരിഞ്ഞ മത്സരമെന്നു കൂട്ടുകാർ കരുതി.

'കാണുന്നുണ്ട് പറക്കുന്നുണ്ട് കണ്ണിൽക്കാണാനൊക്കില്ല' എന്നു രണ്ടുപേരും ഒന്നിച്ചു പറഞ്ഞുനിറുത്തി. കൂട്ടച്ചിരിയും കൈയടിയുമായി നിമിഷങ്ങൾ പറന്നു. തീപാറുന്ന മത്സരത്തിന്റെ അന്തരീക്ഷം ഒടുവിലോ ഒരേ കടങ്കഥയിൽ അവസാനം. അതാണ് അവരുടെ മനപ്പൊരുത്തമെന്ന് കുട്ടികൾക്കു പെട്ടെന്നു മനസ്സിലായി. മുത്തശ്ശി മുറുക്കാൻ ചെല്ലമെടുത്ത് രണ്ടു വെറ്റിലകളിൽ സമമായി ചുണ്ണാമ്പു തേച്ച് നുറുക്കിയ പാക്കുമെടുത്ത് ഇരുവർക്കായി മുറുക്കാൻ പാകപ്പെടുത്തി. ഇരുവരും ഒരേസമയം ഒന്നു വിസ്തരിച്ചു മുറുക്കി. കുട്ടികൾ ഇതെല്ലാം കണ്ട് ഇരുവരെയും മാറിമാറി നോക്കി. വാർദ്ധക്യത്തിലെ ഐക്യം കണ്ട് 'തങ്ങളുടെ മുത്തച്ഛനും മുത്തശ്ശിയും ഇങ്ങനെയാവാത്തതെന്തെന്നും' കൂടി പാർവ്വതി അമ്മുവിനോടു ചോദിക്കുന്നതും കേൾക്കാമായിരുന്നു!

സമയം മെല്ലെ വൈകിത്തുടങ്ങി. സമൃദ്ധമായ കൃഷിത്തോട്ടത്തിൽ അവിടവിടെ മിന്നാമിനുങ്ങുകൾ മിന്നി. ചേക്കയിലിരിക്കാനെത്തുന്ന കാക്കകളും ഇടവിട്ട് പോകുന്ന വാവലുകളും

ശബ്ദിച്ചു തുടങ്ങി. കണ്ണടച്ച് ധ്യാനിച്ചിരിക്കുന്ന കൊക്ക് പോകാൻ മറന്നതാവാമെന്ന് എല്ലാവരും കരുതി. ഇവിടം വിട്ടുപോകാൻ തങ്ങൾക്കും ഒട്ടും മനസ്സില്ലെന്ന കാര്യം അവരുടെ നടത്തത്തിൽ നിന്നറിയാമായിരുന്നു.

മുകളിൽ നീലാകാശം ഇരുണ്ടു തുടങ്ങി. നക്ഷത്രങ്ങൾ അങ്ങിങ്ങായി തെളിഞ്ഞു. ആകാശം നോക്കി നിന്ന അമ്മു അല്പം പുറകിലായി. മിന്നിത്തിളങ്ങുന്ന നക്ഷത്രങ്ങളെക്കണ്ട് ആയിരം കാന്താരി പൂത്തിറങ്ങി എന്ന കടങ്കഥ ആസ്വദിച്ചു. 'അമ്മുക്കുട്ടീ' നീലാകാശക്കാഴ്ചകൾ കണ്ടു നില്ക്കുന്ന അമ്മുവിനെ പുറകിൽവന്നു കുലുക്കിവിളിച്ചുണർത്തിയത് സൈനയായിരുന്നു. അവർ മുത്തശ്ശിക്കൊപ്പമെത്താൻ വേഗത കൂട്ടി നടന്നു.

അമ്മുവിന് നീലാകാശം വല്ലാത്തൊരാകർഷണമായിത്തോന്നി. കൊച്ചുസൈനയെ പരീക്ഷിക്കാനല്ലെന്നാലും ഒരു കടങ്കഥ ചോദിച്ചു. 'അച്ഛനൊരു സാരി തന്നു ഉടുത്തിട്ടുമുടുത്തിട്ടും തീരുന്നില്ല' അവൾ അതു കേട്ടഭാവം കാണിച്ചില്ല. വീണ്ടും മറ്റൊരു കടങ്കഥയിലേക്കവളുടെ ശ്രദ്ധതിരിച്ചു. എടീ സൈനപ്പെണ്ണേ അടിക്കാത്ത മുറ്റമേത്? അത് അമ്മുച്ചേച്ചിയുടെ വീടിന്റെ മുറ്റം. മാമൻ എന്നും പറയുന്നതു കേൾക്കാമല്ലോ. രാവിലെ എഴുന്നേറ്റ് മുറ്റം തൂക്കണമെന്ന്. അത് അടിക്കാത്തതുകൊണ്ടും അടികൊള്ളാത്തതുകൊണ്ടുമല്ലേ ഇങ്ങനെ ചോദിക്കുന്നത്. അമ്മു ഒന്ന് ചമ്മി. കടങ്കഥ നിറുത്തുന്നതാണ് നല്ലതെന്നു തോന്നി. എല്ലാവരും മുത്തശ്ശിക്കൊപ്പമെത്തി. മുത്തച്ഛൻ ആകാശകാഴ്ചകളെക്കുറിച്ചു പറഞ്ഞു. ഇവിടെനിന്നാൽ വിശാലമായ ആകാശം കാണാം. നീണ്ടുപരന്ന് വലിയ കളിക്കളംപോലെ. ഇടയ്ക്ക് ജാവലിൻത്രോയും പന്തംകൊളുത്തി ഓട്ടവുമൊക്കെ മത്സരം നടക്കുന്നതും കാണാം. എന്താണു മുത്തച്ഛാ ജാവലിൻത്രോ. കുന്തം പോലെ ഒരു പ്രകാശം ആകാശത്തെ കീറിമുറിച്ചു കടന്നുപോകും. അത് ഉൽക്കകളാണത്രെ. ഞാനതിനെ തമാശരൂപത്തിൽ പറഞ്ഞതാണ്.

20

ഒരു പക്ഷിക്ക് ആയിരംകണ്ണ്

ഈ കാഴ്ച അവരിൽ പലരും പലപ്പോഴും കണ്ടിട്ടുണ്ട്. ഹൈസ്കൂൾ ക്ലാസിൽ പഠിക്കാനുള്ളതായും പാർവ്വതി ഓർത്തു. 'പന്തം പോകുന്നു എന്നും ചങ്ങല മാടൻപോകുന്നു വെന്നുമൊക്കെ വിശ്വസിച്ചിരുന്ന കാലത്തെക്കുറിച്ചും മുത്തശ്ശി വിവരിച്ചു.' മാടനെന്നു കേട്ടപ്പോൾ ചിലർക്കു ചെറിയ ഭയമായി. അതിലൊന്നാമൻ ഡോൺ തന്നെയായിരുന്നു. അവൻ മുത്തച്ഛന്റെ കൈപിടിച്ചായി തുടർന്നുള്ള നടത്തം. മുത്തച്ഛന്റെയും മുത്തശ്ശിയുടെയും വിശദീകരണമൊന്നും അവനെ തൃപ്തനാക്കിയില്ല. അമ്മ പറഞ്ഞുകൊടുത്ത പൊട്ടക്കഥയിൽ അതെല്ലാമുണ്ടായിരുന്നു. വൈകുന്നേരങ്ങളിൽ അയൽപക്കത്തെ വീടുകളിലിരിക്കാതെ നേരത്തെ എത്താൻ വേണ്ടി കണ്ടുപിടിച്ച ഉപായമായിരുന്നു ഇത്. എന്നാൽ കൊച്ചുഡോണിനെ അന്ധവിശ്വാസത്തിലേക്ക് നയിക്കാനാണ് അതിടവരുത്തിയത്.

മുത്തച്ഛൻ കഥാരൂപത്തിൽ കാര്യങ്ങൾ അവതരിപ്പിക്കുന്നതിൽ ഒട്ടും മോശമല്ലായിരുന്നു. 'എന്റെ പുരയിലിരുന്നാൽ വെയിലും കൊള്ളും മഴയും കൊള്ളു'മെന്ന രീതിയിൽ തുടർന്നു. ങാ, അതു കെട്ടിമേയാത്ത ഓട്ടപ്പുര തന്നെ. ഞങ്ങളുടെ വീട്ടിലെ വിറകുപുരയാണോ മുത്തച്ഛാ എന്നും അമ്മ

പറയുന്നതുകേട്ട ഓർമ്മയിൽ പാർവ്വതി ചോദിച്ചു. അത് എല്ലാവരെയും ചിരിപ്പിച്ചു. അതല്ലെടീ കാന്താരീ എന്നു മുത്തശ്ശിയും പറഞ്ഞു. ആലോചിച്ചു നോക്കൂ എന്നായി മുത്തച്ഛൻ. ഉത്തരം പലതും പറഞ്ഞു. ഡോണാണ് വ്യക്തതയുള്ള ഉത്തരം പറഞ്ഞത്. 'ആകാശം' ശരിയുത്തരമായിരുന്നു അത്. മുത്തച്ഛൻ തോളിൽത്തട്ടി പ്രോത്സാഹിപ്പിച്ചു. 'ഒരമ്മ കരയാൻ നേരത്തു കണ്ണടച്ചു' എന്ന് പാർവ്വതി പറഞ്ഞപ്പോൾ അമ്മ അനുജന്റെ അസുഖം കണ്ടു കരഞ്ഞതാണ് ഡോണിന് ഓർമ്മ വന്നത്. അവനും അറിയാതെ കരഞ്ഞു. കാരണം അന്വേഷിച്ചപ്പോഴാണ് എല്ലാവർക്കും ചിരിവന്നത്. എടാ ഡോണൂ ഇത് കടങ്കഥയാണെടാ. മക്കളേ നീ ഒരു മണ്ടനാവരുത്. മിടുക്കാ സൂത്രക്കാരാ ചിരിച്ചേ എല്ലാവരും ചിരിച്ചു. ഡോണും അതിൽ പങ്കുചേർന്നു! എല്ലാവർക്കും സന്തോഷമായി. അതും ആകാശം തന്നെയെന്നും മഴയാണ് സൂചിതമെന്നും കൂട്ടത്തിൽ മുതിർന്നവരായ അമ്മുവിനും പാർവ്വതിക്കും പെട്ടെന്ന് ബോദ്ധ്യമായി. അതിമനോഹരമായ സാമ്യപ്പെടുത്തലുകളിൽ അവർ ആനന്ദം കണ്ടു.

മുത്തശ്ശി വീടെത്താറായി. കാറ്റിന്റെ സുഖശീതള സ്പർശവും തലയാട്ടി നില്ക്കുന്ന ഇലച്ചാർത്തുകളും കുട്ടികളെ ഏറെ ആനന്ദിപ്പിച്ചു. ആകാശത്തെ ഒരു പക്ഷിയായി സങ്കല്പിച്ചോളൂ എന്നായി മുത്തശ്ശി. അങ്ങനെ പറഞ്ഞ് മേലോട്ടു നോക്കാനും ആവശ്യപ്പെട്ടു. ഇരുചിറകുകളും വീശിപ്പറക്കുന്ന കൂറ്റൻ പക്ഷിയായി അവർക്ക് ആകാശം ഇനി ഓർത്തു നോക്കാം. 'ഒരു പക്ഷിക്കായിരം കണ്ണ്.' വളരെ ശരിയാണ് നക്ഷത്രങ്ങൾ നിറഞ്ഞ ആകാശം ഉയർന്നുപറക്കുന്ന ആയിരം കണ്ണുള്ള പക്ഷിയായിത്തന്നെ കുഞ്ഞുമനസ്സുകളിൽ നിറഞ്ഞു. തുടർന്ന് ആകാശം ഒരു വീടായി മാറി. മുത്തശ്ശി പറഞ്ഞത് മറ്റൊരു രസകരമായ കടങ്കഥ. 'ഒരു മാടപ്പുരയുള്ളതു കെട്ടാൻ കഴിയുന്നില്ല' ആകാശത്തെക്കുറിച്ചാണല്ലോ വിവിധ കല്പനകളെന്നായി പാർവ്വതിയുടെ ചിന്ത. പാറുവിന്റെ മൗനം മുത്തശ്ശിക്കിഷ്ടമാണ്. അവൾ ഭാവനയ്ക്കു ചിറകുമുളപ്പിക്കുകയാ

ണെന്ന് മുത്തശ്ശിക്കറിയാം. ചെറിയ ക്ലാസിലെ നാടൻപാട്ടിനൊപ്പം അദ്ധ്യാപകൻ പറഞ്ഞ ചില കടങ്കഥകൾ അവളുടെ മനസ്സിൽ തെളിഞ്ഞു. 'മുത്തശ്ശീ പിടികിട്ടി കണ്ടുപിടിച്ചു' എന്താ കേൾക്കട്ടെ എന്നായി എല്ലാവരും 'കരിങ്കലത്തിൽ തേങ്ങാപ്പൂള്'. 'ബഹുകേമം' മുത്തച്ഛനാണ് പ്രശംസിച്ചത്. നല്ല ഭാവനയുള്ളതാണീ കടങ്കഥ. കറുത്തിരുണ്ട ആകാശത്ത് ഉദിച്ചുതുടങ്ങുന്ന ചെറിയ ചന്ദ്രക്കല. കരിങ്കലത്തിലെ തേങ്ങാപ്പൂള് ഉഗ്രനൊരു സങ്കല്പമാണ്. തേങ്ങാപ്പൂള് മാത്രം മനസ്സിൽ തെളിഞ്ഞ സൈന അച്ഛനിടയ്ക്കിടെ കത്തി ചരിച്ചുപിടിച്ചു ചീന്തിയെടുത്തുകൊടുക്കുന്ന തേങ്ങാപ്പൂളിനെക്കുറിച്ചാണ് പെട്ടെന്നാലോചിച്ചത്. ശർക്കരക്കൂട്ടിത്തിന്നാൽ നല്ലതാണ്. തേങ്ങാപ്പൂള് എന്നായി അവൾ. 'എടീ കൊതിച്ചീ' വയറിക്കുടുക്കേ, എന്ന് വിശേഷിപ്പിച്ച് മുത്തശ്ശി അവളെ വാരിപ്പുണർന്നു. എല്ലാവരിലും ഭാവനയുടെ വികാസം കണ്ടുതുടങ്ങിയതിൽ മുത്തശ്ശി അങ്ങേയറ്റം സന്തോഷിച്ചു.

'കറുത്ത കണ്ടത്തിൽ വെളുത്ത വിത്ത്' എന്നതും ആകാശത്തെക്കുറിച്ചുള്ള കടങ്കഥയാണല്ലോ എന്ന ചോദ്യം ഭാവനയുടെ ഉത്തേജനമായിത്തന്നെ അവൾ കരുതി. വരട്ടെ വരട്ടെ ഇത്തരം കടങ്കഥകളെന്നായി മുത്തച്ഛൻ. ആകാശം നക്ഷത്രങ്ങൾ കൊണ്ടു നിറഞ്ഞു. പിച്ചിപ്പൂക്കളെന്നും മുല്ലപ്പൂക്കളെന്നും തോന്നിക്കുന്ന ഭാവനാവിലാസങ്ങൾ. 'ചിതറിയിരിപ്പൂ പിച്ചിപ്പൂക്കളെടുത്തുകൊരുക്കാനൊക്കില്ല, എന്ന പ്രസ്താവം എത്ര സൗകുമാര്യമുള്ളതെന്നു കുട്ടികൾക്കും മനസ്സിലായി. ചിതറിക്കിടക്കുന്ന നക്ഷത്രങ്ങളെ കൊരുത്തെടുത്ത് മാലയാക്കുന്നതിലെ കൗതുകവും അതു കഴുത്തിലിട്ടു നടക്കുന്നതിന്റെ ഗമയും ആടയാഭരണങ്ങളിൽ ഭ്രമമുള്ള അമ്മുവിന്റെ മനസ്സിൽ തത്തിക്കളിച്ചു. ആകാശ വിസ്മയങ്ങളിൽ അവൾ അന്ധാളിച്ചു!

മുത്തച്ഛന്റെ സ്വരം സംഗീതസാന്ദ്രമായി. ഒരു താളമിടലും താളം ചവിട്ടലുമൊക്കെയായതുമാറി. കൂട്ടുകാരെല്ലാം ആ താളത്തിനനുസരിച്ച് അക്ഷരാർത്ഥത്തിൽ നൃത്തം ചെയ്യുകതന്നെ ചെയ്തു!

‘കെട്ടാത്തൊരു പുരയാണേ
പൊളിയാത്തൊരു പുരയാണേ
വീഴാത്തൊരു പുരയാണേ
ഇതേതാണേ ചൊല്ലാമോ...

തെയ്, തെയ്താരേ തെയ്തെയ്താരോ തെയ്താരോ തുടങ്ങിയ വായ്ത്താരികളും കൂട്ടിച്ചേർത്ത് മുത്തശ്ശിയും ചുവടുവച്ചു. വളരെ രസകരമായി ആ സന്ധ്യ.

21

വേരില്ല തടിയില്ല കൊമ്പില്ല

'കെട്ടാത്തൊരു പുരയാണേ തെയ്
പൊളിയാത്തൊരു പുരയാണേ
വീഴാത്തൊരു പുരയാണേ തിത്തെയ്

ഏതാണീപ്പുര തെയ്താരേയ്! ആകാശത്തിതുവരെ കണ്ട തിനേക്കാൾ രസകരമായി ഭൂമിയിലെ ഈ പാട്ടും ആട്ടവുമെന്ന് എല്ലാവർക്കും തോന്നി.

'നീലപ്പട്ടിൽ വെള്ളപ്പുള്ളി'യെന്ന കല്പന ആകാശ ത്തെയും നക്ഷത്രത്തെയും സൂചിപ്പിക്കുന്ന കടങ്കഥയാണെന്ന് മുത്തച്ഛൻ വിശദീകരിച്ചു. നനുത്ത നീലപ്പട്ടുപോലെ ആകാശം അപ്പോൾ നീണ്ടുനിവർന്നു കിടന്നു. അതിനിടയ്ക്കു കണ്ട നക്ഷ ത്രങ്ങൾ ഭംഗിയായി അലങ്കരിക്കപ്പെട്ട പുള്ളികളാണെന്ന് അവർക്ക് പെട്ടെന്നു മനസ്സിലായി. കാവ്യഭാഷയിലാണ് മുത്ത ച്ഛനിതെല്ലാം പറഞ്ഞത്. കൂട്ടത്തിൽ മഹാകവി ജി ശങ്കരക്കുറു പ്പിന്റെ കവിതയിൽ 'കൂരിരുട്ടിന്റെ കണ്ണെ'ന്നൊരു വിശേഷണ മുണ്ടെന്ന് അമ്മു പറഞ്ഞത് മുത്തച്ഛന് ഏറെ ഇഷ്ടപ്പെട്ടു. അമ്മൂട്ട്യേ 'അത് നക്ഷത്രങ്ങളല്ല. കാട്ടിൽ കണ്ട മിന്നാമിനുങ്ങു കളാണ്' എന്ന് മുത്തശ്ശി പറഞ്ഞു. മുത്തശ്ശിക്കറിഞ്ഞുകൂടാത്തത് ഒന്നുമില്ലല്ലോ എന്ന ഡോണിന്റെ അഭിപ്രായം ശരിവച്ച് എല്ലാ വരും കൈയടിച്ചു. മുത്തശ്ശിയെ അഭിനന്ദിക്കാൻ മുത്തച്ഛനും മറന്നില്ല!

യാത്ര വളരെ രസകരമായി. മുത്തശ്ശി രാജാവിന്റെ കഥ പറയാൻ തുടങ്ങുകയാണെന്ന് കൂട്ടുകാർ കരുതി. അതിങ്ങനെയായിരുന്നു തുടങ്ങിയത്. ഒരിടത്ത് ഒരു രാജാവ്. അദ്ദേഹത്തിനു രാത്രിയാണ് കാഴ്ച. അതു കൊണ്ടാളുകൾ പറഞ്ഞു 'രാത്രിയിലെ രാജാവിന് രണ്ടായിരം കണ്ണ്.' കഥ തുടരട്ടെയെന്നായി ഡോണു. ഇടയ്ക്ക് സൈന പറഞ്ഞു 'നസ്സത്രം'. അവളുടെ അവ്യക്തമായ കൊഞ്ചൽ ആകാശത്തെക്കുറിച്ചുള്ള കടങ്കഥ തന്നെയാണിതെന്നും എല്ലാവരെയും ബോദ്ധ്യപ്പെടുത്തി. രാത്രിയിലെ രാജാവ് ആകാശമാണെന്ന് കണ്ണുകൾ നക്ഷത്രങ്ങളാണെന്നും മുത്തശ്ശി വിശദീകരിച്ചു.

മുത്തച്ഛൻ വീണ്ടും താളമിട്ടു തുടങ്ങി. എല്ലാവരും ആ കൈത്താളം അനുകരിച്ചു. ഉണർവ്വായി മനസ്സുകൾ താളാത്മകമായി.

'ഹായ് ഹൊയ് ഹൊയ് ഹൊയ്
വേരില്ല ഹൊയ് ഹൊയ്
തടിയില്ല ഹൊയ് ഹൊയ്
കൊമ്പില്ല കായില്ല ഹൊയ് ഹൊയ് ഹൊയ്
പൂമാത്രമുള്ളൊരു പെരിയ പേരാൽ
ഹൊയ് ഹൊയ് ഹൊയ് ഹൊയ്
തെയ് തെയ് തെയ് തെയ്

ആവർത്തിച്ചവർ താളമിട്ടു. നിലാവുള്ള ആകാശത്തെ പൂമാത്രമുള്ള വലിയൊരരയാലായി കല്പിക്കുന്ന ഭാവന മുത്തച്ഛൻ കുഞ്ഞുങ്ങൾക്കു വിശദീകരിച്ചു. മുത്തശ്ശിയും ഈ കടങ്കഥയിലെ കാവ്യാത്മകതയിൽ അതിശയിച്ചു.

തുടർന്ന് കൂട്ടപ്പാട്ടായി. പരിസരവാസികൾ ഈ കുട്ടിപ്പടയെയും അകമ്പടിക്കാരായ മുത്തച്ഛനെയും മുത്തശ്ശിയെയും സാകൂതം ശ്രദ്ധിച്ചു. അരണ്ട നിലാവിൽ വായ്ത്താരിയും പാട്ടുമായി അവർ നടന്നുനീങ്ങി. കടങ്കഥയുടെ ചരടുപൊട്ടിച്ച് ചിരിയുടെ മാലപ്പടക്കത്തിന് തീ കൊളുത്തി കൈത്താളത്തിന്റെ ചെണ്ട മുഴക്കി അവർ അടിച്ചുപൊളിക്കുകയായിരുന്നു.

22

കറുത്തപെണ്ണേ...

രാത്രിയിലെ കുളിയും കഴിഞ്ഞ് ചെറിയമ്മൂമ്മയുടെ ചായ സൽക്കാരത്തിൽ പങ്കെടുത്ത് വറുത്തുപ്പേരിയും കഴിച്ച് എല്ലാ വരും ഉമ്മറത്തെത്തി. ചന്ദ്രൻ വെള്ളിവെളിച്ചത്തിൽ പൂമുറ്റത്തെ മെഴുകി മിനുക്കി. മുറ്റത്തിന്റെ കോണിലെ ചെമ്പകം പൂത്തു മണത്തു. നേരത്തെ കേട്ട കടങ്കഥയിൽ ആകാശവും നക്ഷത്ര ങ്ങളും എല്ലാവരുടെയും മനസ്സിൽ പുതു ചിത്രങ്ങളായി. മുത്ത ശ്ശിയുടെയും മുത്തച്ഛന്റെയും പാട്ടുകൾ അവർ ആവർത്തിച്ചു പാടി. 'ആനകേറാമലേലാടുകേറാമലേലായിരം കാന്താരി പൂത്തിറങ്ങി'യതും കറുത്തപെണ്ണേ കരിങ്കുഴലീ നിനക്കൊരു ത്തൻ കിഴക്കുദിച്ചതും അവരെ ഏറെ ആനന്ദിപ്പിച്ചു.

മുറ്റത്തിന്റെ കോണിലെ പൂത്തുലഞ്ഞ ചെടിത്തലപ്പുകൾ പൂങ്കുലകൾ നീട്ടി അവരെ വിളിക്കുന്നതായി തോന്നി. എല്ലാ വരും മുറ്റത്തേക്കിറങ്ങി മുത്തശ്ശി ഒരു പായ കൊണ്ടുവന്ന് മുറ്റ ത്തിട്ടു. നടുക്കു മുത്തശ്ശിയിരുന്നു. അഭിമുഖമായി നാൽവർ സംഘം.

മുറ്റത്തിരുന്നു കാണുന്ന ചെടികളെയും പൂക്കളെയുംകുറിച്ച് ചെറിയ വിവരണം നടത്താമെന്നു മുത്തശ്ശി കരുതി. ദശപുഷ്പ ങ്ങളും മറ്റുമായി ആ അദ്ധ്യായം ആരംഭിച്ചു. തുടർന്നു

'അക്കരെവിളയിൽ തെക്കേത്തൊടിയിൽ